தெரிந்த கேள்வி
தெரியாத அறிவியல்

தெரிந்த கேள்வி
தெரியாத அறிவியல்

ஆதி வள்ளியப்பன்

Therintha Kelvi Theriyaatha Ariviyal (in Tamil)

Adhi Valliappan

First Published : February, 2019

BOOKS FOR CHILDREN

im print of Bharathi Puthakalayam
7, Elango Salai, Teynampet, Chennai - 600 018
Email: thamizhbooks@gmail.com | www.thamizhbooks.com

தெரிந்த கேள்வி தெரியாத அறிவியல்

ஆதி வள்ளியப்பன்

முதல் பதிப்பு: பிப்ரவரி, 2019

வெளியீடு:

புக்ஸ் ஃபார் சில்ரன் – பாரதி புத்தகாலயத்தின் ஓர் அங்கம்

7, இளாங்கோ சாலை, தேனாம்பேட்டை, சென்னை 600 018

தொலைபேசி : 044 24332424, 24332924, 24356935

விற்பனை உரிமை

விற்பனை நிலையங்கள்
மதுரை: 37A, பெரி"ார் பேருந்து நிலை"ம் – 045 22324674
ஈரோடு: 39: 39 ஸ்டேட் பாங்க் சாலை – 9245448353
திண்டுக்கல்: பேருந்து நிலை"ம் – 9942331105, 9976053719
பழனி: பேருந்து நிலை"ம் அருகில் – 9442883696
திருப்பூர்: 447, அவினாசி சாலை – 9486105018
சேலம்: பாலம் 35, அத்வைத ஆஸ்ரமம் சாலை 0427 2335952
திருவல்லிக்கேணி: 48, தேரடி தெரு – 9444428358
வடபழனி: பேருந்து நிலை"ம் எதிரில் அடை"ார் ஆனந்தபவன் மாடியில் – 9444476967
பெரம்பூர்: 52, கூக்ஸ் ரோடு – 9444373716
திருவாளூர்: 35, நேதாஜி சாலை – 9442540543
சேலம்: 15, வித்"ால"ா சாலை சாலை
திருநெல்வேலி: 25A, ராஜேந்திரநகர் – 9442149981
அருப்புக்கோட்டை: 31, அகமுடை"ார் மஹால் – 9994173551
மதுரை: சர்வோத"ா மெயின்ரோடு
குன்னூர்: N.K.N வணிக வளாகம் பெட்போர்ட்
செங்கல்பட்டு: 1 D ஜி.எஸ்.டி சாலை – 044 27426964
விருதுநகர்: 131, கச்சேரி சாலை – 0456 2245300
கும்பகோணம்: 352, ரயில் நிலை"ம் எதிரில் – 9443995061
வேலூர்: பேஸ் III, சத்துவாச்சாரி – 9442553893
நெய்வேலி: பேருந்து நிலை"ம் அருகில், – 9443659147
தஞ்சாவூர்: காந்திஜி வணிக வளாகம் காந்திஜி சாலை – 9655542400
கோவை: 77, மசக்காளிபாளை"ம் ரோடு, பீளமேடு – 8903707294
திருச்சி: வெண்மணி இல்லம், கரூர் புறவழிச்சாலை – 9994289492
திருவண்ணாமலை: முத்தம்மாள் நகர்
நாகர்கோவில்: 699 கே.பி.ரோடு R.V. புரம் – 9443450111
சிதம்பரம்: 22A / 18B தேரடி கடைத் தெரு,
கீழவீதி அருகில் – 9994399347
களநூர்: நாரத கானசபா அருகில் (TNGEA OFFICE)– 9442706676

நினைத்த நூல்கள்... நினைத்த நேரத்தில்...     9444960935

அச்சு : கணபதி எண்டர்பிரைசஸ், சென்னை - 600 002.

உள்ளே...

மனிதர்கள்

உயிரினங்கள்

வேதியியல்

தட்பவெப்பநிலை

விண்வெளி

புத்தகங்கள்

பொது

நன்றி

புத்தக உருவாக்கத்தில் துணைநின்ற இதழாளர்

ச.கோபாலகிருஷ்ணன்

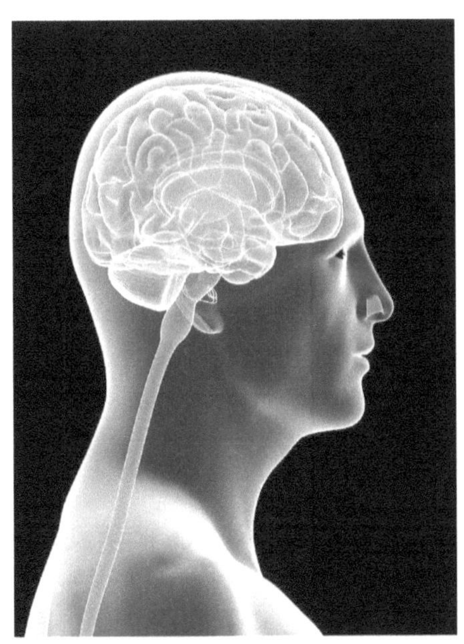

1

மூளையைப் பயன்படுத்தாமல் வீணடிக்கிறோமா?

எனக்கு அறிவிருக்கா, மூளை இருக்கா என்று அடிக்கடி சிலரை ஏசுவதைத் தாண்டி, இன்னொரு விஷயமும் மூளையைப் பற்றிக் காலம்காலமாகப் பேசப்பட்டுவருகிறது. தன்னம்பிக்கைக் கட்டுரைகளாக இருந்தாலும் சரி, ஐ.ஏ.எஸ். படிக்கச் சொல்பவர்களாக இருந்தாலும் சரி, அவர்கள் அழுத்திச் சொல்லும் முக்கியமான அந்த விஷயம் - மூளையின் 10 சதவீதத்தை மட்டும்தான் நாம் பயன்படுத்திக்கொண்டிருக்கிறோம். மூளையின் பெரும் பகுதியைப் பயன்படுத்தத் தவறி, நாம் வீணடிக்கிறோம் என்பதுதான்.

இது மிகப் பெரிய மூடநம்பிக்கை. இந்த மூடநம்பிக்கையின் தோற்றம் தெளிவாகத் தெரியவில்லை. தன்னம்பிக்கைக் கட்டுரைகளில் வெவ்வேறு பெயர்களில், வெவ்வேறு வடிவங்களில் 'உங்கள் மூளையின் சக்தியை நீங்கள் உணரத் தவறிவிட்டீர்கள். வெறும் 10 சதவீதத்தை மட்டுமே பயன்படுத்தும் நீங்கள், மிச்சம் உள்ள 90 சதவீதத்தைப் பயன்படுத்த ஆரம்பித்தால், கூரையைப் பியித்துக்கொண்டு பணம் கொட்டும்' என்ற கணக்கில் எழுதியிருப்பார்கள். தன்னம்பிக்கைப் புத்தகங்களின் விற்பனை அதிகரித்ததன் காரணமாக, இந்த மூடநம்பிக்கை பரவலாகியிருக்கலாம். ஆனால், இதற்கு எந்த அறிவியல் பின்னணியும் கிடையாது. மூளை தொடர்பான எந்த ஆராய்ச்சியும் இந்த மூடநம்பிக்கையை ஆதரிக்கவில்லை.

நிஜத்தில் மூளையின் அனைத்துப் பகுதிகளும் சிறப்புத்திறன்களைப் பெற்றவையாகவே உள்ளன. அப்படி இருப்பதால்தான், நாம் புதிது புதிதாகக் கண்டுபிடிக்கவும், தொடர்ந்து வேலைசெய்யவும் முடிகிறது. சொல்லப் போனால், மூளையில் பயன்படுத்தப்படாத பகுதி என்று எதுவுமே கிடையாது. செயல்படாத பகுதி என்று எதுவும் உண்மையில் இல்லாத நிலையில், மூளையை முறையாகச் செயல்படுத்தினாலே, வாழ்க்கையில் நாம் எல்லோரும் முன்னேறலாம். அதை விட்டுவிட்டு, செயல்படாத பகுதியைத் தூண்டுகிறேன் என்று, போகாத ஊருக்கு வழி தேடுவது நிச்சயமாக வெட்டி வேலைதான்.

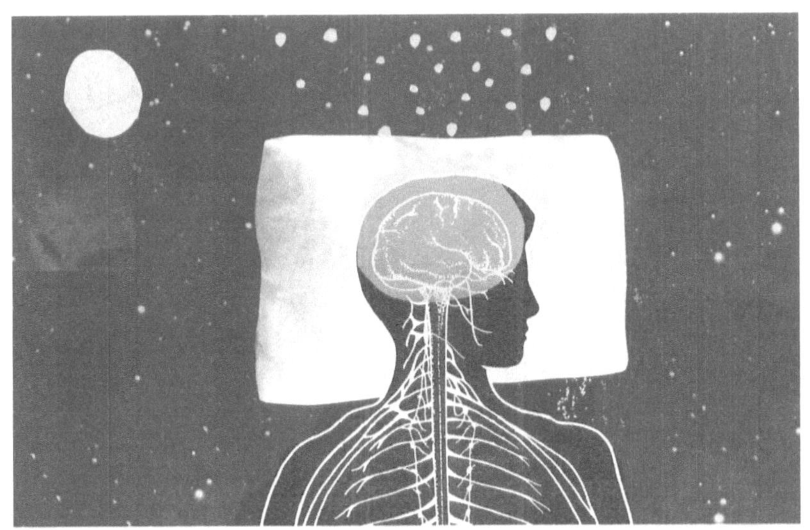

2

தூங்கும்போது
மூளை என்ன செய்கிறது?

நாம் எதற்காகத் தூங்குகிறோம் அல்லது தூங்க வேண்டும்? தூங்காவிட்டால் என்ன ஆகும்? தூங்கும்போது மூளை விழித்திருக்குமா, தூங்குமா? – இப்படி நிறைய கேள்விகள் சின்ன வயதிலிருந்தே நம் மனத்துக்குள் அடிக்கடி எட்டி பார்த்திருக்கும்.

மூளையின் செல்களை சற்றே அதிகப்படியாகத் தூண்டுவது, நரம்புமண்டலத்தின் இயல்பான செயல்பாட்டையும் நரம்புத் திசுக்களையும் பாதிக்கக்கூடிய நரம்புநச்சுகளை (Neurotoxicity) வெளியிடுவதற்குக் காரணமாக அமையலாம் என்று மூளை பற்றி ஆராய்ந்த நிபுணர்கள் சொல்கிறார்கள். இப்படித் தொடர்ந்து நிகழ்வது ஆபத்தானது.

இதைத் தடுப்பதுதான் தூக்கம். மூளையில் சேர்ந்த நச்சை அகற்றும் செயல்பாட்டுக்கு வாய்ப்பளிக்கும் வகையில் தூங்குவது,

நரம்புத் தூண்டல்களைக் குறைக்கும் என்றொரு கொள்கை சொல்கிறது. ஓய்வு கொடுக்க வேண்டுமென்பதை இந்தக் கொள்கை ஒரு வகையில் வலியுறுத்துகிறது.

கற்றலுக்கு உதவும் தூக்கம்

மற்றொரு பக்கம், உறக்கம் என்பது மூளையின் கற்றல் திறனையும் அதிகரிக்கிறது என்கிறார்கள் நிபுணர்கள். புதிதாகக் கற்றுக்கொள்ளும் திறனை நிலைப்படுத்தும் உடலியல் செயல்பாடு, மற்ற நேரத்திலும் நடைபெறத்தான் செய்கிறது. ஆனால், அந்தச் செயல்பாட்டுக்குத் தூக்கம் பேருதவி புரிகிறது.

இது எப்படி நடக்கிறது என்றால், ஒரு செயல்திறனைப் புதிதாகக் கற்றுக்கொண்டோ அல்லது திரும்பச் செய்தோ பார்த்த பிறகு, நல்லதொரு தூக்கத்தைப் பெறுவது மிகவும் முக்கியம். இப்படிச் செய்யும்போது புதிய நினைவுகளின் காரணமாக உருவான புதிய நரம்பு இணைப்புகளை நம்முடைய மூளை வலுவூட்டிக்கொள்கிறது. எனவே, நடு ராத்திரியில் விழித்து வாட்ஸ்அப், ஃபேஸ்புக், டிவி பார்க்கும் பழக்கத்தைக் குறைத்துக்கொண்டு ஒழுங்காகத் தூங்கினால்தான், புதிதாகக் கற்ற எதுவும் மனதில் தங்கும்.

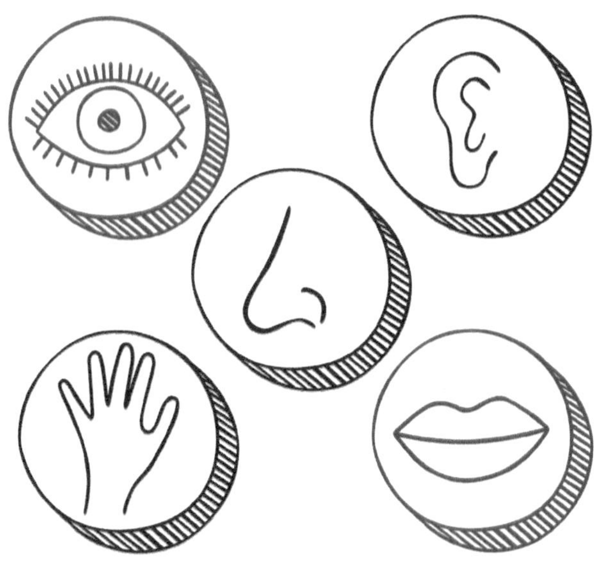

3

ஆறு அறிவு மட்டும்தான் நமக்கு இருக்கிறதா?

மனிதர்களுக்கு ஐந்து புலனறிவுகள் உண்டு. ஆறாவது பகுத்தறிவு என்பது மரபான நம்பிக்கை.

மரத்துக்கு ஓரறிவு - தொடுதல்; நத்தைகளுக்கு இரண்டறிவு - தொடுதல், சுவை; எறும்புகளுக்கு மூன்றறிவு - தொடுதல், சுவை, முகர்தல்; தேனீக்களுக்கு நான்கறிவு -தொடுதல், சுவை, முகர்தல், பார்வை; பாலூட்டிகளுக்கு ஐந்தறிவு - தொடுதல், சுவை, முகர்தல், பார்வை, கேட்டல் போன்றவை உண்டு. இவற்றைத் தாண்டி மனிதர்களுக்கு ஆறாவது அறிவான பகுத்தறிவு உண்டு.

இந்த இடத்தில் சில உயிரினங்களுக்குக் குறிப்பிட்ட ஓர் அறிவு-உணர்திறன் அதிகமாக இருப்பதையும் குறிப்பிட்டாக வேண்டும்.

எடுத்துக்காட்டாக, பல பாலூட்டிகளுக்குப் பார்வையைவிட மோப்பத்திறன் அதிகம். ஆனால், மனிதர்களுக்கோ முகரும் திறன் ஒப்பீட்டளவில் குறைவு. மனித மூதாதைகளின் வாழ்க்கை முறை காரணமாக, இந்த இழப்பு ஏற்பட்டிருக்கலாம்.

ஐந்துக்கு மேல்

பகுத்தறிவை விடுத்து, நமக்கு உள்ள மற்ற புலனறிவுகள் ஐந்து என்பது மரபான நம்பிக்கை. ஆனால், நம்முடைய புலனறிவுகள் ஐந்தோடு நின்றுவிடவில்லை என்று நவீன கால விஞ்ஞானிகள் கூறுகிறார்கள். நம்முடைய அறிவு அதாவது உணர்ச்சிகளை அறியும் திறனை எப்படி வகைப்படுத்தினாலும், ஐந்து அறிவுகளைவிட அதிகமாகவே நமக்கு உண்டு என்பதுதான் அறிவியல்பூர்வ உண்மை.

இப்படி மரபு சாராமல் நமக்கு உள்ள உணர்திறன்கள் என்று எடுத்துக்கொண்டால், வலியை உணரும் தன்மை (*nociception*), வெப்பத்தை உணரும் தன்மை (*thermoception*), நகரும்போதும்-நடக்கும்போதும் உடலைச் சமநிலையில் வைத்திருக்கும் தன்மை (*equilibrioception*)... என நமக்குள்ள கூடுதல் அறிவுத் துறைகளைப் பட்டியலிடலாம்.

மனிதர்களுக்கு இல்லாதது

மனிதர்களைப் போலவே உயிரினங்களுக்கும், மரபாக வகைப்படுத்தப்பட்ட அறிவுத் துறைகளைக் காட்டிலும் கூடுதல் அறிவு உண்டு. பல உயிரினங்களுக்கு மின்காந்தப்புலம் (பறவைகள்), நீர் அழுத்தம், நீரோட்டம் (கடல் வாழ் உயிரினங்கள்) போன்றவற்றை உணரும் அறிவு உண்டு. இந்த அறிவு எதுவும் மனிதர்களுக்குக் கிடையாது.

4

ஞாபகம் வருதா?

ஏதாவது ஒரு பழைய விஷயத்தைப் பற்றிக் கேட்டால், ஆட்காட்டி விரலையும் கட்டைவிரலையும் சேர்த்து நெற்றிப் பொட்டில் வைத்து, கண்களை மூடி சிலர் யோசிக்கத் தொடங்கிவிடுவார்கள். கொஞ்ச நேரத்தில், "ம்..., அதைப் பற்றித்தானே கேட்டீர்கள். நான் சொல்வது சரிதானே?" என்று சரியான பதிலை அவர்கள் சொல்வதைக் கேட்டிருப்போம்.

ஏதாவது ஒன்றை நினைவுகூரும்போது ஏன் இப்படிக் கண்களைத் மூடிக்கொள்கிறோம்? கண்களை திறந்துகொண்டு சிறப்பாக நினைவுகூர முடியாதா என்ன? ஆமாம், முடியாது.

மனத்திரை

ஏதாவது ஒன்றை நம் மனத்திரையில் காட்சிப்படுத்திப் பார்க்கும்போது, கவனம் சிதறுவதைத் தவிர்க்கவே கண்களை மூடிக்கொள்கிறோம். பார்ப்பது, தொடுவது அல்லது கேட்பது ஆகிய உணர்வுகள் செயல்படக் காரணமாக இருக்கும் அமைப்பையே, மனத்திரையில் காட்சிப்படுத்திப் பார்க்கவும் நம்முடைய மூளை பயன்படுத்துகிறது.

பழைய விஷயம் ஒன்றை நினைவுகூர முயலும்போது, நம்முடைய மூளையின் காட்சிப் பட்டையைத் தளர்த்தி, ஏற்கெனவே பதிந்த பழைய காட்சியை மனத்திரைக்குத் திரும்பவும் கொண்டுவர முயலும்போதுதான் கண்களை மூடிக்கொள்கிறோம்.

ஆராய்ச்சி முடிவு

ஆராய்ச்சியாளர்கள், ஒரு சிறிய வீடியோவை ஒளிபரப்பிப் பிறகு அது தொடர்பாகச் சிலரிடம் கேள்விகளைக் கேட்டார்கள். அப்போது தொடர்பற்ற காட்சிகளைப் பார்த்தவர்கள் அல்லது புதிய சொற்களைக் கேட்டவர்களைவிட, கண்களை மூடிக்கொண்டு சம்பந்தப்பட்ட வீடியோ காட்சிகளைப் கவனித்தவர்களும் வெற்றுத்திரையைப் பார்த்துக்கொண்டு இருந்தவர்களும் அதிகமான கேள்விகளுக்குச் சரியாக விடையளித்திருக்கிறார்கள்.

அதேபோல ஒரு குற்றச்செயல் நடந்த வீடியோவைக் கண்ணைத் திறந்துகொண்டும், மூடிக்கொண்டும் பார்க்கச் சொல்லி ஆய்வு நடத்தப்பட்டது. கண்களை மூடிக்கொண்டு பார்த்தவர்கள், பல விவரங்களைச் சரியாக நினைவுகூர்ந்தார்கள். அதேபோல வீடியோவில் பதிவாகியிருந்த சத்தத்தைக் கண்களை மூடிக்கொண்டு கேட்டபோது, அவர்களால் மிகச் சரியாக நினைவுகூர முடிந்தது.

கேட்பதும் எழுதுவதும்

பழையதை நினைவுகூர ஒரு சிலர் கண்களை மூடுவார்கள், சிலர் மேல் நோக்கிப் பார்ப்பார்கள், சிலர் தொலைவாகப் பார்ப்பார்கள். இந்தச் செயல்பாடுகள் அனைத்துமே பார்வைக்குப் பக்கத்தில் தொந்தரவாக இருக்கும் காட்சிகளை விலக்கி வைப்பதற்குத்தான். அப்படி விலக்கி வைக்கும்போது, இந்தத் தொந்தரவுகளிலிருந்து விடுபட்டு, பழையதை நினைவுகூர மூளையின் செயல்திறன் உதவுகிறது.

இதேபோலத்தான் மற்ற உணர்வுகளும் செயலாற்றுகின்றன. ஒருவருடைய குரல் அல்லது ஏதாவது ஒரு சத்தத்தை நினைவுகூரும்போது சுற்றிலும் குழப்பமான சத்தங்கள் வந்துகொண்டிருந்தால், அந்தச் சத்தத்தைச் சரியாக நினைவுகூர முடியாமல் போகும். மற்றவர்கள் சத்தமாகப் பேசிக்கொண்டிருக்கும்போது, நம்மால் எழுத முடியாமல் போவது இதன் காரணமாகத்தான்.

ஏனென்றால், அப்போது நம்முடைய மூளை பேச்சைக் கவனிப்பதிலேயே கவனத்தைச் செலுத்திக்கொண்டிருக்கும். எப்போதுமே எதையாவது நினைவுக்குக் கொண்டுவர வேண்டுமென நினைத்தால், அதற்கான உணர்வுகளைத் தனிமைப்படுத்திக் கவனத்தைச் செலுத்தினால், நாம் யோசிப்பது சீக்கிரம் ஞாபகத்துக்கு வந்துவிடும்.

5

நமக்கு ஏன் கனவுகள் வருகின்றன?

மூளையின் உச்சிப் பக்க மடல் (*parietal lobe*) நமக்குக் கனவுகள் உருவாவதற்கு அடிப்படைக் காரணமாக இருக்கலாம். ஏனென்றால், இந்தப் பகுதி சேதமடைந்தவர்களுக்குக் கனவு வருவதில்லை. நமது ஐம்புலன்கள் மூலம் கடத்தப்படும் உணர்வுகள், செய்திகளை இந்த உறுப்புதான் ஒருங்கிணைக்கிறது.

இந்தப் பகுதி சேதமடைந்தவர்களுக்குக் கனவு வருவதில்லை என்பதால், உச்சிப் பக்க மடலே கனவை உருவாக்குவதற்கு அடிப்படை என்கிறது ஒரு கோட்பாடு. அதாவது கண், காது, மூக்கு மூலம் கிடைக்கும் தகவல்கள் இந்த உறுப்புக்கும் கனவுகளுக்கும் அவசியம் என்பதும் தெளிவாகிறது.

நினைவுப் பதிவா, அழிப்பா?

நாம் உறங்கும்போதும் இந்த உச்சிப் பக்க மடல் பகுதி மட்டும் உறக்க நிலைக்குச் செல்லாமல் தொடர்ந்து சமிக்ஞைகளை

உருவாக்கிக்கொண்டிருக்கிறது. அந்தச் சமிக்ஞைகளில் இருந்து முன்மூளை ஒரு கதையை உருவாக்க முயற்சிப்பதுதான் கனவுக்குக் காரணம் என்கிறது மற்றொரு கோட்பாடு.

இன்னும் சில ஆராய்ச்சியாளர்களோ நம்முடைய குறுகிய கால நினைவுகள், நீண்ட கால நினைவுகளாக மாற்றப்படும் செயல்பாட்டின்போது கனவு வருவதாகக் கூறுகின்றனர். இந்தச் செயல்பாட்டில் தேவையற்ற நினைவுகள் அழிக்கப்படுவதாகவும் கூறப்படுகிறது.

உயிர் பிழைக்க ஒத்திகை

பரிணாமவியல் உளவியலாளர்களோ (*Evolutionary psychologists*) உயிர் பிழைத்திருப்பதற்கு அவசியமான சில செயல்பாடுகளின் விளைவாகவே கனவுகள் உருவாகின்றன என்கிறார்கள். அதன்படி, வாழ்க்கைக்கு உள்ள ஆபத்துகள் அல்லது நெருக்கடியான நிலைகளே கனவுகளுக்குக் காரணம். நமக்கு வரும் ஆபத்தை எப்படி எதிர்கொள்வது என்பதற்கான ஒத்திகையாகக் கனவுகள் இருந்திருக்கலாம் என்பது இவர்களுடைய வாதம்.

இப்படித் திட்டவட்டமாக வரையறுக்கப்படாத சில காரணங்களே, நம்முடைய கனவுகளுக்கு அடிப்படை என்கிறார்கள் விஞ்ஞானிகள். எப்படியோ கனவுகளும் சரி, கனவுகள் உருவாவதற்கான காரணங்களும் சரி சுவாரசியமாகத்தான் இருக்கின்றன.

௬

இருட்டைக் கண்டு
ஏன் பயப்படுகிறோம்?

ஒரு பகுதி இருட்டாக இருந்தாலோ சட்டென்று விளக்கு அணைந்துவிட்டாலோ ஏன் குழந்தைகள் முதல் பெரியவர்கள்வரை பதறிப் போகிறோம்? இருட்டைக் கண்டு நாம் பயப்படுவதற்கான அடிப்படைக் காரணம் என்ன?

மூதாதைப் பண்பு

நம்மால் எதையும் பார்க்க முடியாமல் போவது, எதிரே இருப்பது கண்ணுக்குப் புலப்படாமல் போவதுதான், இதற்கு முதல் காரணம். நம்முடைய புலன் உணர்வுகளில் பார்வையே மிகவும் வலுவானது. நம்முடைய மூதாதையர்களின் இயற்கை எதிரிகளான புலி-சிங்கம் போன்ற பெரும்பூனைகள் இரவில் பார்க்கும் திறனை மேம்பட்ட வகையில் பெற்றிருந்தன. ஆனால், குரங்கினம் சார்ந்த

நமது மூதாதைகளோ பெரும்பூனைகள் அளவுக்கு வலுவான இரவுப் பார்வையைக் கொண்டிருக்கவில்லை. அதனால் இருட்டு, பயத்தை உருவாக்கியது.

மனித இனம் நாகரிகமடைந்து நகரங்களில் வாழத் தொடங்கிய பிறகு, எதிரிகளின் போர், தாக்குதலைத் தடுப்பதற்காக எப்போதும் விழிப்புடன் இருக்க வேண்டியிருந்தது. இப்போதும்கூட இரவில் நடக்கும் திருட்டுகளுக்காக நாம் பயப்படவே செய்கிறோம். இருட்டைக் கண்டவுடன் நம் மனதில் ஒரு பதற்றம் உருவாவதற்கான மரபுரீதியான காரணங்கள் இவை.

மனம் தரும் அச்சம்

இது போன்ற அனுபவப்பூர்வமான காரணங்களைவிடவும், நமது மனமே மிகப் பெரிய அச்சத்தை உருவாக்குகிறது. குழந்தைகளும், சில நேரம் பெரியவர்களும்கூடத் தங்கள் படுக்கைக்கு அடியிலோ அல்லது இரவில் சரியாகப் புலப்படாத பகுதிகளிலோ பேய், பிசாசு இருப்பதாக நம்புகிறார்கள். 'யாரோ இருப்பதுபோல, நினைத்துக்கொள்ளும் கற்பனையான பண்பு இது. தூக்கத்தில் திடீரென விழித்து, உடல் கட்டிப்போடப்பட்ட நிலை உருவாவதற்கும் இதேதான் காரணம்.

நமது மூளையின் வழக்கத்துக்கு மாறான பகுதிகள் தூண்டப்படுவதால், இது போன்ற கற்பனையான பயம் தோன்றுகிறது.

அச்சம்தான் காரணமா?

அவமானப்படுவதையோ, குற்றஉணர்வுக்கு ஆளாவதையோ, கோபத்தையோ, பதற்றத்தையோ எதிர்கொள்ள பொதுவாகவே நாம் அச்சப்படுகிறோம். இருட்டில் இது மிகவும் மோசமடைகிறது. ஏனென்றால் இருட்டில் நமது மூளைக்குக் காட்சிரீதியான உள்ளீடு கிடைப்பதில்லை. அப்படித் தரப்படாத நிலையில் மூளைக்கு அதிக வேலையும் இருப்பதில்லை. காட்சிரீதியிலான உள்ளீடு தொடர்ந்து இல்லாமல் போவதால், தேவையற்ற எண்ணங்கள் மட்டுப்படுத்தப்படாமல் போகின்றன. இவையெல்லாம்தான் கற்பனையான பயம் தோன்றுவதற்கு அடிப்படையாக இருக்கின்றன.

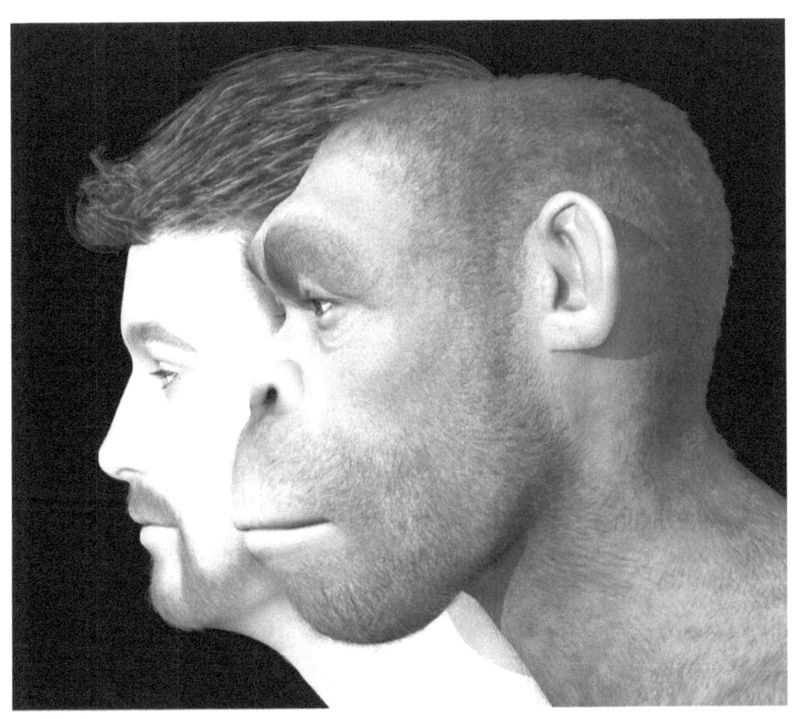

7

மனிதர்கள் எப்போது
பேச ஆரம்பித்தார்கள்?

நம்முடைய மூதாதையர்களான நியாண்டர்தால் காலத்திலேயே மனிதர்கள் பேச ஆரம்பித்துவிட்டார்களா? உலக வரலாற்றின் எந்தக் காலத்தில் மனிதர்கள் பேச ஆரம்பித்தார்கள்?

நியாண்டர்தால் மனிதர்களால் பேச முடியாது என்று 40 ஆண்டுகளுக்குமுன்புவரை நம்பப்பட்டு வந்தது. நியாண்டர்தால் மனிதர்கள் குகை ஓவியங்களை வரையவில்லை; சிக்கிமுக்கிக் கல்லை அம்பு முனைகளில் பொருத்தக் கற்றிருக்கவில்லை; மனிதக் குரல்கள் உருவாக்கக்கூடிய அத்தனை ஒலிகளையும் எழுப்பும் வகையில் நியாண்டர்தால் மனிதர்களின் குரல்வளை தாழ்ந்த

நிலையில் அமைந்திருக்கவில்லை என்றெல்லாம் அப்போது நம்பப்பட்டது.

ஆனால், சமீபகாலக் கண்டறிதல்களின்படி நியாண்டர்தால் மனிதர்களுக்கு ஹயாய்டு எலும்பு (*Hyoid bone*) எனப்படும் வளையக்கூடிய எலும்பு இருந்தது; நாக்கில் நரம்புகள் இருந்தன; மனிதர்களைப் போன்ற கேட்கும் திறனும் இருந்தது என்று தெரியவந்துள்ளது. இந்த அம்சங்கள் மற்ற பாலூட்டிகளிடமிருந்து வேறுபட்டிருந்ததும் குறிப்பிடத்தக்கது.

எந்த மொழி?

'*FOXP2*' என்ற மரபணு நமக்கும் நியாண்டர்தால் மனிதர்களுக்கும் பொதுவாக இருந்துள்ளதும் கண்டறியப்பட்டுள்ளது. பேச்சு, மொழித்திறன்கள் வளர்ச்சி பெறுவதற்கு இந்த மரபணுவே காரணம் என்று கருதப்படுகிறது. இவை எல்லாவற்றையும் வைத்துப் பார்க்கும்போது, நியாண்டர்தால் மனிதர்கள் பேசியிருக்க வேண்டும் என்றே தோன்றுகிறது.

அப்படிப் பேசினார்கள் என்றால், அவர்கள் பயன்படுத்திய மொழி என்ன? பேச்சுக்கும் இசைக்கும் இடைப்பட்ட முன்னோடி மொழியை அவர்கள் பேசியிருக்கலாம் என்று பிரிட்டனைச் சேர்ந்த ரீடிங் பல்கலைக்கழகப் பேராசிரியர் ஸ்டீவன் மிதென் கூறுகிறார். அது நம் பழங்குடி மொழிகளின் தாத்தாவாக இருந்திருக்குமோ!

8

தூக்கத்தில் உளற
என்ன காரணம்?

யா ராவது தூக்கத்தில் நடப்பதை பார்த்திருக்க நம்மில் பலருக்கும் வாய்ப்பு குறைவு. அதேநேரம், தூக்கத்தில் திடீரென்று ஒரு சிலர் முணுமுணுப்பதையும் உளறுவதையும் நீங்களும்கூட நிச்சயம் கேட்டிருக்கலாம்.

தூக்கத்தின்போது இப்படிப் பேசுவதற்குக் காரணம் என்ன? தூக்கத்தின்போது நமது உடல் உறுப்புகள் எல்லாம் ஓய்வு எடுக்கின்றன என்றே பொதுவாக நம்பப்படுகிறது. பல உறுப்புகள் ஓய்வு எடுத்தாலும், மூளை முழுமையாக ஓய்வு எடுப்பதில்லை. விழிப்பு நிலையிலிருந்து கனவு காணும் நிலைக்குச் சென்றுவிடுகிறது.

இப்படித் தூக்கத்தில் கனவு காணும்போது, நரம்புகளுடன் உள்ள தொடர்பை மூளையின் இயங்கு முறை தற்காலிகமாகத் துண்டித்துவிடுகிறது. இதன் காரணமாகத்தான் தூங்கும்போது பேசுவது, உடல் அசைவுகள் போன்றவை தடுக்கப்படுகின்றன. ஆனால், இந்தத் துண்டிப்பு எல்லா நேரமும் கச்சிதமாக நடப்பதில்லை.

பெரும் பிரச்சினையா?

கனவிலிருந்து பெறப்படும் சமிக்ஞைகள், சில நேரம் நரம்புகள் வழியாகக் கசிந்து உடல் மூலம் வெளிப்படவும் செய்யலாம். இதன் காரணமாகவே நாம் முணுமுணுக்கிறோம்; முனகுகிறோம். இன்னும் சிலரோ தெளிவாகவும் பேசுவார்கள்; அதிகபட்சமாக நடக்கவும் செய்வார்கள்.

தூக்கத்தில் ஒருவர் பேசுவது தொடர்பற்ற, குழப்பமான வாக்கியங்களாக இருக்கலாம். ஆனால், பெரும்பாலும் அது இலக்கணப் பிழையற்றே இருக்கும். தூங்குபவரின் வாழ்க்கையில் சமீபத்தில் நடந்த சம்பவத்தின் தாக்கமாக அந்தப் பேச்சு இருக்கலாம். அதேநேரம் சம்பந்தமற்று விசித்திரமாகவும் முட்டாள்தனமாகவும்கூட இருக்கச் சாத்தியம் உண்டு.

தூக்கத்தில் பேசுவதை ஒரு பிரச்சினையாகப் பார்க்க வேண்டிய அவசியமில்லை. அதேநேரம், ஒருவருக்கு உள்ள மன அழுத்தம், மற்ற உளவியல் பிரச்சினைகள் போன்றவை தூக்கத்தில் பேசுவதை அதிகரிப்பதற்கான சாத்தியம் நிறையவே இருக்கிறது.

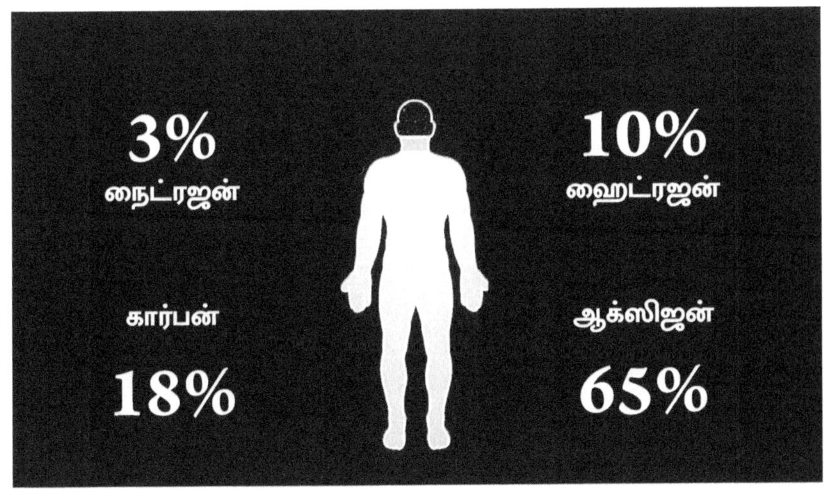

௨

மனித உடல் –
மாபெரும் வேதித் தொழிற்சாலை

நமது உடல் ஒரு வேதித் தொழிற்சாலை என்று சொன்னால், சட்டென்று நம்பிவிடத் தோன்றாது. நமது உடலின் செயல்பாடுகள் அனைத்தின் பின்னணியிலும் வேதிவினைகள் இருக்கின்றன என்று சொன்னாலும், அது எப்படி என்ற கேள்விதான் வேகமாக முளைத்து எழும். சரி இருக்கட்டும், நமது உடலில் உள்ள வேதிப்பொருட்களின் எண்ணிக்கை மட்டும் எவ்வளவு என்று தெரியுமா?

ஒவ்வொரு கணமும்

நம்முடைய உடல் ஒவ்வொரு கணமும் புதுப்புது வேதிச் சேர்மங்களை உருவாக்குகிறது, உருமாற்றுகிறது, அழிக்கிறது. இது இடைவெளி இல்லாமல் தொடர்ந்து நடந்துகொண்டே இருக்கிறது.

அதன் காரணமாக நமது உடலில் உள்ள வேதிப்பொருட்களின் எண்ணிக்கை கணக்கிட முடியாததாகவும் மிகவும் சிக்கலான தாகவும் இருக்கிறது. ஒவ்வொரு கணமும் இடைவெளி இல்லாமல்

வேதிவினை நடைபெற்று, புதுப் புது வேதிப்பொருட்கள் உருவாகிக் கொண்டிருக்கும்போது, அத்தனை வேதிப்பொருட் களையும் கண்டறிவதோ கணக்கிடுவதோ இயலாத காரியம்.

அதிகமுள்ள வேதிப்பொருள்

நமது உடலில் அடிப்படையாகவும் அதிகமும் உள்ள வேதிப்பொருள் தண்ணீர்தான். சாதாரணத் தண்ணீர் ஒரு வேதிப்பொருளா? நிச்சயமாக. இரண்டு ஹைட்ரஜன் அணுக்களும் ஒரு ஆக்சிஜன் அணுவும் சேர்ந்தால்தானே தண்ணீர் கிடைக்கும்.

நமது உடலில் 50 முதல் 75 சதவீதம் தண்ணீர்தான். ஒருவருடைய உடல் எடை, உடலின் வடிவம்-அளவைப் பொறுத்து இது அமையும். அதேநேரம் தண்ணீருக்கு அடுத்தபடியாக நீண்ட சர்க்கரை மூலக்கூறுகள், புரதங்கள், ஆர்.என்.ஏ., டி.என்.ஏ. போன்றவை உடலில் மிக அதிகமாக இருக்கக்கூடிய மற்ற வேதிப்பொருட்கள்.

பாக்டீரியாவின் பங்கு

தோராயமாகக் கணக்கிட வேண்டும் என்றால் நமது உடலில் உட்கருவுடன் எத்தனை செல்கள் இருக்குமோ, அத்தனை வகை வேதிப்பொருட்களும் இருக்கக்கூடும்.

உட்கருவுடன் கூடிய செல்களின் எண்ணிக்கை சுமார் 50,000 கோடி. அதேநேரம் இந்த 50,000 கோடி வேதிப்பொருட்களில் நமது வயிற்றில் லட்சக்கணக்கான கோடிகளில் குவிந்துகிடக்கும் பாக்டீரியாக்கள் சேர்க்கப்படவில்லை என்பதையும் கவனத்தில் கொள்ள வேண்டும்.

உடலில் வேதிப்பொருட்கள் அதிகம் இருப்பதற்கும் உருவாவதற்கும் காரணம், நன்மை செய்யும் பாக்டீரியாக்கள். உணவு செரிமானத்தில் பாக்டீரியாக்கள் பெருமளவு உதவுகின்றன. தேவையான நேரத்தில் பல வேதிப்பொருட்களை இவை நமக்குக் கொடுத்து உதவுகின்றன. இந்தப் பாக்டீரியாக்கள் பெருமளவு அழிந்துவிடும்போது, வயிற்றுப்போக்கு ஏற்படுகிறது. அப்போது மோரையோ தயிரையோ உட்கொண்டால் மீண்டும் கொஞ்சம் கொஞ்சமாக நன்மை செய்யும் பாக்டீரியாக்கள், செரிமானத்துக்கு உதவும் பாக்டீரியாக்கள் உடலில் அதிகரிக்கின்றன.

இப்படி நமது உடலில் வேதிப்பொருள்கள் காணப்படுவது, உருவாக்கப்படுவது மட்டுமல்ல, உடலின் ஒவ்வொரு அம்சமும் வேதிப் பொருள்களால்தான் ஆகியிருக்கிறது. சுருக்கமாக சொன்னால், வேதிப் பொருள்கள் பல சேர்ந்து புதிய வேதிப்பொருள்களை உற்பத்திசெய்யும் தொழிற்சாலைதான் நமது உடல்.

எல்லாம் சரி, இப்படிக் கணக்கிட முடியாத வேதிப்பொருட்கள் உடலில் உருவாவது எப்படிச் சாத்தியமாகிறது? நமது உடலில் உள்ள டி.என்.ஏ. மூலக்கூறுகளில் நடக்கும் திடீர்மாற்றம் (மியூட்டேஷன்) என்பது ஒரு செல்லில் இருந்து மற்றொரு செல்லில் வேறுபட்டு இருப்பதால்தான், கணக்கிட முடியாத வேதிப்பொருட்கள் உருவாகிக்கொண்டே இருக்கின்றன.

10

கண்கள் சொல்லும் பொய்கள்

'வெள்ளி நிலவே, வெள்ளி நிலவே' என்று, நிலவின் நிறத்தை வெள்ளி நிறமாக வர்ணிக்கும் சினிமா தொடங்கி குழந்தை பாடல்கள்வரை பல நம்மிடையே உண்டு.

நமது கண் நமக்குக் காட்டுவதெல்லாம் உண்மை என்றுதான் நம்பிக்கொண்டிருக்கிறோம். ஆனால், இயற்கையாக இருக்கும் விஷயங்களைப் பொறுத்தும்கூட, நமது கண் பார்க்கும் அனைத்துமே உண்மையல்ல. கோள்கள், நட்சத்திரங்கள் பெரும்பாலும் வட்ட வடிவமாகத்தான் இருக்கின்றன. ஆனால், ஐந்து முனைகளைக்கொண்ட நட்சத்திரமாகவே நம் பார்வைக்கு அவை தெரிகின்றன. இப்படிப் பலவற்றை சுட்டிக்காட்ட முடியும்.

நிலவு வெள்ளி நிறத்திலும், சூரியன் மஞ்சள் நிறத்திலும் தோன்றுவது உண்மை தானா? கிழக்கே சூரியன் உதிக்கிறது என்று சொல்வது எப்படித் தவறோ, அதேபோன்ற தவறுதான் சூரியன் மஞ்சள் நிறமாக இருக்கிறது என்பதும். சூரியனின் நிறம் வெள்ளை. அதன் ஒளியைப் பிரதிபலிக்கும் நிலவின் நிறம் கறுப்பு. நம்ப முடியவில்லை, இல்லையா?

அட்டக்கறுப்பு

நிலக்கரி எந்த அளவு ஒளியை எதிரொளிக்குமோ, அதே அளவுதான் தன் மீது படும் ஒளியை நிலவு எதிரொளிக்கிறது. நமக்குப் பளிச்செ்ன்று தெரியும், மனதைக் கொள்ளை கொள்ளும் முழுநிலவும்கூடச் சூரியனின் பிரகாசத்துடன் ஒப்பிடும்போது 4 லட்சம் மடங்கு பிரகாசம் குறைவானதுதான்.

பிறகு எப்படி நிலவு வெள்ளி நிறத்தில் தெரிகிறது? எல்லாம், நமது கண்கள் செய்யும் மாயம். நமது விழித்திரையில் கூம்பு, குச்சி வடிவ ரிசெப்டார்கள் இருக்கின்றன. கூம்பு வடிவங்கள்தான் நிறத்தைப் பிரித்தறிய உதவுகின்றன. ஆனால், அவை செயல்படுவதற்கும் வலுவான ஒளி தேவை.

நிலவில் இருந்து வரும் குறைந்தபட்ச ஒளியை வைத்துக்கொண்டு நமது கண்களில் உள்ள குச்சி ரிசெப்டார்கள் மட்டுமே செயல்பட முடியும். அதனால் நிலவின் உண்மையான நிறத்தை நம்மால் பார்க்க முடிவதில்லை. கறுப்பான வானத்தில் நிலவு சாம்பல் நிறத்தில் தோற்றமளிக்கிறது. சுற்றிலும் கும்மிருட்டாக இருப்பதால், அது பளபளப்பாகத் தெரிவது போலிருக்கலாம்.

வண்ணஜாலம்

அதேநேரம், பகலில் நீல நிற வானத்தின் பின்னணியில் சூரியன் மஞ்சளாகத் தெரிவதற்கு என்ன காரணம்? அதுவும் தோற்ற மயக்கமே. சூரியனில் இருந்து வெளிப்படும் குறுகிய அலைவரிசை நீல நிற ஒளி வளிமண்டலத்தால் சிதறடிக்கப்படுவதால், வானம் நீல நிறத்தில் தெரிகிறது. அதேநேரம் அதற்கு எதிரான நீண்ட அலைவரிசை ஒளியான மஞ்சள்-சிவப்பில் சூரியன் தெரிகிறது.

உண்மையில் சூரியனின் நிறம் வெள்ளை, விண்வெளியில் இருந்து பார்க்கும்போது சூரியன் வெள்ளையாகத்தான் தெரிகிறது. அதேநேரம் ஒரு நாளின் வெவ்வேறு பகுதிகளில், வெவ்வேறு பருவ காலங்களில் சூரியன் வெவ்வேறு நிறத்தில் தோன்றுவதைப் பார்த்திருக்கலாம். ஒவ்வொரு சூழ்நிலையிலும் வானத்தில் எந்த ஒளி அலை சிதறடிக்கப்படுகிறதோ அதைப் பொறுத்துச் சூரியனின் நிறம் அமைவதே இதற்குக் காரணம்.

உச்சி வானில் இருக்கும்போது கொளுத்தும் வெயிலை நம்மால் பொறுத்துக்கொள்ள முடியாவிட்டாலும், அதிகாலையிலும் அந்தி மாலையிலும் வண்ண ஜாலங்களை நிகழ்த்தும் சூரியன் ரம்மியமான ஒன்றாகவே இருக்கிறது.

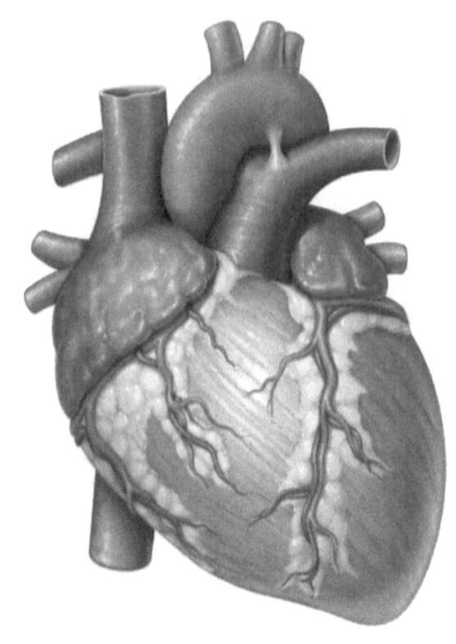

11

ஆதியும் அந்தமுமான அதிசய உறுப்பு

நமது உடலில் தோன்றும் முதல் உள்ளுறுப்பு எது? இதயம். அதனால்தான் மூளையைவிடவும் இதயத்துக்கு அதிக முக்கியத்துவம் அளிக்கப்படுகிறது போலிருக்கிறது.

ஒரு குழந்தையின் கரு உருவாகி நான்கு வாரங்களில் அல்லது கரு உருவான 24ஆவது நாளில் இதயத் துடிப்பைக் கேட்கலாம். மனிதக் கருவில் மட்டுமல்லாமல், முதுகெலும்புள்ள எல்லா உயிரினங்களிலும் முதலில் வேலைசெய்ய ஆரம்பிக்கும் உள்ளுறுப்பு இதயம்தான்.

கழிவை அகற்றும்

இதயம் உருவான பிறகு ரத்தம் மூலம் ஊட்டச்சத்துகள், ஆக்சிஜனை மற்ற செல்களுக்கு அது அனுப்புகிறது. அதன் மூலம்தான் தோல், எலும்புகள், கல்லீரல், மூளை போன்ற

உறுப்புகள் ஒவ்வொன்றாக உருவாகின்றன. உடலில் உருவாகும் கழிவு, கார்பன் டை ஆக்சைடையும் இதயமே காலாகாலத்துக்கும் வெளி யேற்றிக் கொண்டிருக்கிறது.

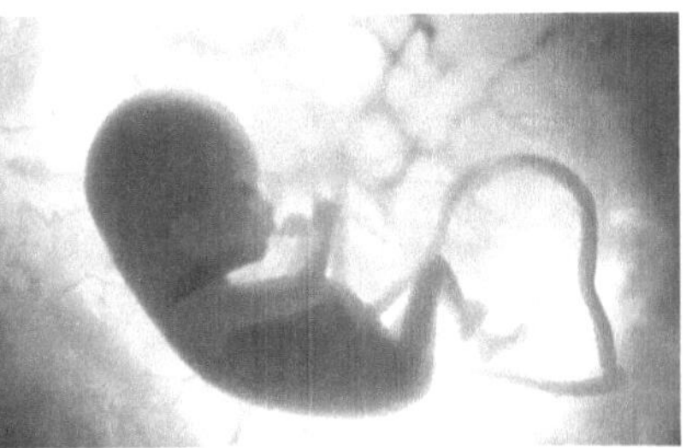

உண்மையில் கருவில் உருவாகும் இந்த அமைப்பை குழந்தையின் முழுமையான இதயம் என்று உறுதியாகக் கூற முடியாது என்றொரு கூற்று இருக்கிறது. ஏனென்றால், கரு முழுவதற்கும் ரத்தத்தைச் செலுத்துவதற்குச் சில ரத்த நாளங்கள் சுருங்கி விரியும் வேலையை அப்போது செய்கின்றன. இந்த ரத்த நாளங்களே கொஞ்சம் கொஞ்சமாக உருமாற்றம் அடைந்து, 8 வாரங்களுக்குப் பிறகு நான்கு அறைகளையும் இரண்டு பம்ப்களையும் கொண்ட இதயமாகின்றன.

இப்படியாக உருக்கொண்ட மனித இதயம், சராசரியாக விநாடிக்கு ஒரு முறை என்ற வகையில் 70-80 ஆண்டுகளுக்கு தொடர்ந்து துடித்துக்கொண்டே இருக்கிறது.

தன்னிச்சை

நமது மணிக்கட்டில் உள்ள ரத்த நாளங்களை சிறிது நேரம் இறுக்கிப் பிடித்து நிறுத்திவைத்தால், கை விரல்களுக்கு ரத்தம் பாயாமல் கை விரல்கள் வெளிறித் துவண்டுவிடும். இதுதான் வழக்கமான தசைகளின் கட்டமைப்பு.

அதேநேரம் இதயத் தசை வித்தியாசமான கட்டமைப்பைக் கொண்டிருக்கிறது. அதில் ஆக்சிஜனை சுமந்து செல்வதற்காக ஹீமோகுளோபின் நிறைந்துள்ளது. அத்துடன் அதிக ஆற்றலை உருவாக்க, கூடுதல் மைட்டோகாண்ட்ரியாவையும் கொண்டுள்ளது.

இதயம் துடிக்கும் அளவை பேஸ்மேக்கர் செல்கள் கட்டுப்படுத்துகின்றன. அதன்மூலம் இதயம் தன்னிச்சையாகத் துடிக்கிறது, மூளையின் கட்டளைகள் இதயத்துக்கு அவசியமில்லை. அதனால்தான் ஒருவர் மூளைச்சாவு அடைந்த பிறகும்கூட, இதயம் துடிப்பதை நிறுத்துவதில்லை.

12

வயிறு ஏன் கத்துகிறது?

நம்முடைய உடல் நம்மிடம் பேசுமா? பேசாது என்றுதான் நம்புகிறோம். அதேநேரம் இரண்டு வேளை சாப்பிடாமல் படித்துக்கொண்டோ வேலை பார்த்துக்கொண்டோ இருக்கிறீர்கள். அப்போது நாம் செயல்படுவதற்குத் தேவையான ஆற்றலையும், உடலுக்குத் தேவையான ஊட்டத்தையும் உணவிலிருந்து பிரித்து வழங்கும் வயிறு நிச்சயம் சும்மா இருக்காது. 'கியான் கியான்' என்று சத்தம் கொடுத்துப் பசியை அறிவிக்கும்.

பசிக்குதே பசிக்குதே

பசிக்கும்போது நம்முடைய வயிறு ஏன் இப்படிக் கத்துகிறது? நம்முடைய இரைப்பையும் குடலும் சுருங்குவதால்தான் இந்தச் சத்தம் எழுகிறது. இரைப்பையும் குடலும் செரிமானத்தின்போது சுருங்குவது இயல்பான ஒன்றுதான். நம்முடைய இரைப்பைக்கு உணவு வந்துசேர்ந்தவுடன், செரிமானத்துக்குத் தேவையான பல

வேதிப்பொருட்களை ஏற்கெனவே கொண்டிருக்கும் இரைப்பை, அத்துடன் நீரைக் கலப்பதற்காக உணவை இறுக்கி அழுத்துகிறது.

உணவு அடுத்தடுத்த நிலைக்கு நகர்வதற்காக, பெருங்குடலும் உணவை நெருக்கித் தள்ளுகிறது. உணவு செரிமானம் அடைவதற்காக இப்படி இறுக்குவதும் நெருக்குவதும் நிகழும்போது, இரைப்பை-குடலுக்குள் உணவு இருப்பதால் பெரிதாக எந்தச் சத்தமும் நமக்குக் கேட்பதில்லை.

அதேநேரம் ஒரு விஷயம் காலியாக இருந்தால், சத்தம் எழுவது இயல்புதானே. வயிற்றில் உணவு ஏதும் இல்லாமல் இருக்கும்போது, இறுக்கமும் நெருக்கித் தள்ளுவதும் நடக்கும்போதுதான் சத்தம் நமக்கு வெளியே கேட்கிறது. ஏனென்றால், அப்போது வயிற்றுக்குள் காற்று மட்டுமே இருக்கும். அது முன்னும் பின்னும் செல்லும்போது, காலியான பகுதியில் எதிரொலியை உருவாக்குகிறது. இதற்கான அறிவியல் சொல் *'borborygmus'*.

எஞ்சிய உணவு

இது மட்டுமல்லாமல் தொடர்ச்சியான, அலை அலையான சுருங்கும் செயல்பாடும் வயிற்றில் நடக்கிறது. நாம் உணவு உண்ட ஒரு மணி நேரத்திலிருந்து ஒன்றரை மணி நேரத்துக்குள் இரைப்பையில் இருந்து சிறுகுடலுக்கு இந்தச் சுருங்கும் அலை பயணிக்கிறது. இதற்கு *'migrating myoelectric complex'* என்று பெயர். இது தொடர்ச்சியாக இடம்பெயரும் மின் அதிர்வுதான்.

இந்தச் செயல்பாடு நடப்பதற்கும் ஒரு காரணம் இருக்கிறது. இரைப்பையில் செரிக்கப்படாமல் இருக்கும் எலும்பு, கொட்டைகள்-விதைகள், நகப் பொருட்கள் போன்றவற்றை இந்தச் சுருங்கும் அலை சுமந்து செல்கிறது. அத்துடன் குடலில் இருக்கும் பாக்டீரியாக்கள் எப்போதும் சிறு குடலில் தங்குமாறு பார்த்துக்கொள்ளும் வகையிலும் இந்தச் செயல்பாடு நடக்கிறது.

பசிக்காக மட்டுமின்றி செரிமானக் கோளாறு, வாயுக் கோளாறு ஏற்பட்டாலும் வயிற்றுக்குள் சத்தம் எழும். அது வேறு மாதிரி இருக்கும்.

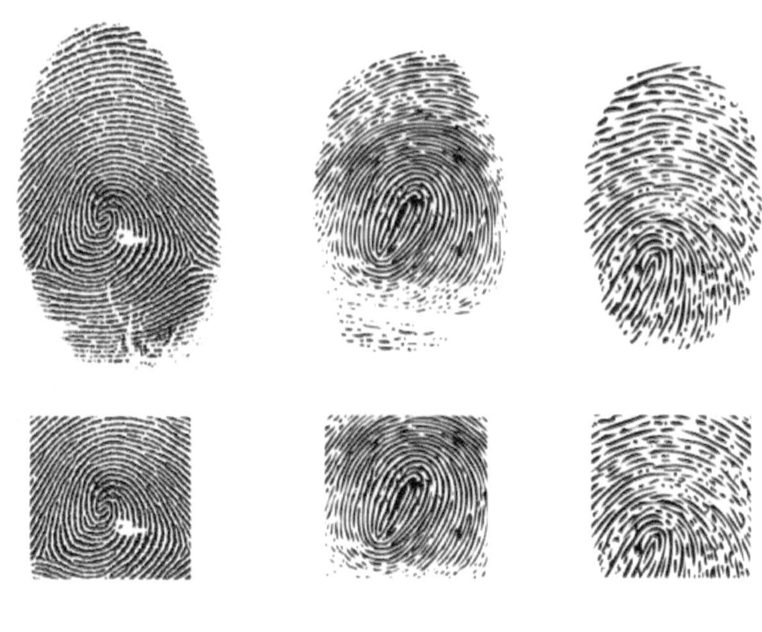

13

கைரேகை
எப்போதுமே மாறாதா?

கட்டை விரல் அல்லது பெருவிரல் ரேகை பெருமளவில் மாறாது என்பதால்தான், முக்கியமான ஆவணங்களில் ஒருவருடைய கையெழுத்துக்குப் பதிலாக விரல்ரேகை பெறப்படுகிறது. தனித்தன்மை கொண்டது, வாழ்நாள் முழுக்க மாற்ற முடியாதது என்பதால், ஒருவருடைய நிரந்தர அடையாளமாகக் கட்டை விரல் ரேகை கருதப்படுகிறது.

தாயின் வயிற்றிலிருந்து ஒரு குழந்தை பிறப்பதற்கு மூன்று மாதங்களுக்கு முன்னர்தான் சுருள்களும் முடிச்சுகளும் கொண்ட ரேகைகள் உருவாகின்றன. அப்படி உருவாகும் ஒருவருடைய கைரேகை பிறப்பு முதல் இறப்புவரை மாறாமலேயே இருக்குமா?

மாறாத தடயம்

நமது கை வழுவழுவென்று இருந்தால், எதையும் பிடிக்க முடியாது, வழுக்கிவிடும். எந்த ஒரு பொருளையும் நாம் இறுக்கமாகப் பிடிப்பதற்கு உதவுபவை ரேகைகள். கைகளுக்கு உராய்வைத் தரும் வரிமடிப்புகள்தாம், இந்த ரேகைகள். கண்ணாடி, உலோகம், பளபளப்பு ஏற்றப்பட்ட எல்லாப் பொருட்களிலும் இந்த ரேகைகள் பதியும்.

நமது மேல் தோல் மடிப்பில் உள்ள சுரப்பிகளிலிருந்து வியர்வை சுரக்கும். அந்தச் சுரப்பியிலிருந்து வியர்வை வெளியாகிக்கொண்டே இருப்பதாலேயே, இப்படி ரேகைகள் பதிகின்றன. குற்றம் நடந்த இடத்தில் கிடைக்கும் கைரேகைகளே தடயம் அறியவும் புலனாய்வுக்கும் பயன்படுகின்றன.

குற்றச் செயல்களில் ஈடுபடுபவர்களைப் பிடிக்க, கைரேகை பயன்படுத்தப்படும் முறை ஒரு நூற்றாண்டுக்கும் மேலாகப் பயன்படுத்தப்பட்டுவருகிறது. எதிர்பாராதவிதமாக ஒருவர் இறந்துவிடும்போது, அடையாளம் காணவும் கைரேகை பயன்படுத்தப்படுகிறது.

முதுமை மாற்றங்கள்

எல்லாம் சரி, வாழ்க்கையின் வெவ்வேறு கட்டங்களில் உடல் வளர்ச்சியும் தளர்வும் அடைந்துகொண்டிருக்கும் நிலையில், கைரேகை மட்டும் வாழ்நாள் முழுக்க மாறாமல் இருக்குமா? கையில் ஏதேனும் வெட்டினாலோ, சிராய்ப்பினாலோ, அமிலத்தாலோ அல்லது தோல் பிரச்சினையாலோ கைரேகைகள் தற்காலிகமாகப் பாதிக்கப்படலாம். இருந்தபோதும் ஒரு மாத இடைவெளியில் ரேகைகள் திரும்ப உருவாகிவிடும்.

வயதாக ஆக, விரல் நுனிகளில் உள்ள தோலின் நெகிழ்வுத்தன்மை குறைந்துவிடும், அதனால் வரிமடிப்புகள் தடித்துவிடுகின்றன. ஆனால், அதற்காக விரலின் ரேகை மாறிவிடுவதில்லை. அதனால், வயதான காலத்தில் அதை ஸ்கேன் செய்வதோ அச்சுப் பதிவை எடுப்பதோ பிரச்சினையாகி விடுகிறது.

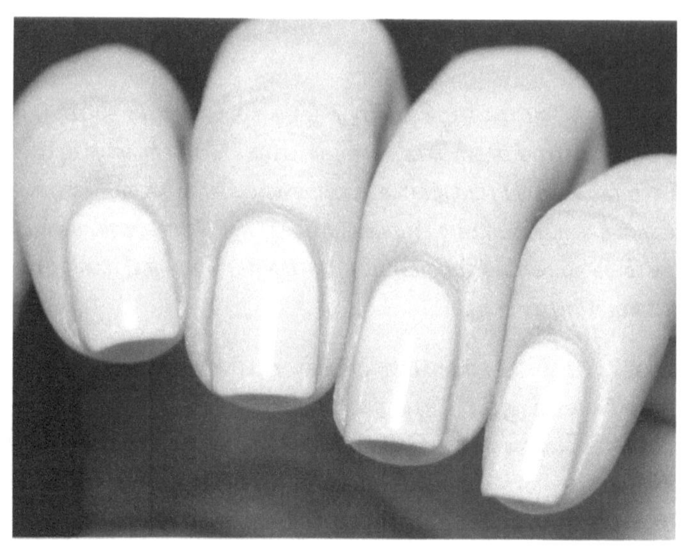

14

இறந்த செல்கள் மூலமா நகம் வளர்கிறது?

தலைமுடியும் நகமும் நமது உடல் உறுப்புகள்தாம். நமது உடலின் ஏதாவது ஒரு பாகத்தை வெட்டினாலோ கத்தியால் கீறினாலோ வலிக்கும், திகுதிகுவென எரியும். ஆனால் தலைமுடி, நகத்தை வெட்டினால் ஏன் அப்படி எதுவும் ஆவதில்லை? ஏன் காயம் ஏற்படுவதில்லை?

இதற்குக் காரணம் நமது நகமும் தலைமுடியும் இறந்த திசுக்களால் ஆனவை என்று பொதுவாகக் கூறப்படுகிறது. ஆனால், அது தவறான நம்பிக்கை. எலும்பைப் போல, நகமும் உயிருள்ள ஒரு பொருள்தான். உயிருடன் இருப்பதால்தான் அது வளர்கிறது.

பாதுகாப்பு உறை

நகத்துக்கு அடியில் நகப் படுக்கை இருக்கிறது. நகக் கண்ணில் இருக்கும் வேரிலிருந்து நகம் வளர்கிறது. விலங்குகளுக்கு நகம்,

கொம்பு வளரக் காரணமாக இருக்கும், கெரட்டின் என்ற அடர்த்தியான புரதமே மனிதர்களுக்கு நகம் வளரக் காரணமாக அமைகிறது.

விரல்களின் மென்மையான நுனிப் பகுதி காயமடையாமல் பாதுகாப்பதற்காக, மேலே வளரும் உறைதான் நகம். நகம் இல்லாத விரலின் மேற்பகுதியில் ஏற்படும் காயம் கடுமையான வலியை ஏற்படுத்தும் என்பதை இங்கே நாம் கவனிக்க வேண்டும்.

எவ்வளவுக்கு எவ்வளவு அதிக வேலை பார்க்கிறோமோ, அவ்வளவு வேகமாக விரல் முனைகளைப் பாதுகாக்க நகமும் வேகமாக வளர்கிறது. நகங்கள் ஒரு வருடத்தில் 2 அங்குலம்வரை வளரும்.

வலிக்குமா, வலிக்காதா?

நகத்தில் ஏற்படும் குறைபாடுகளை வைத்து ரத்தச் சோகை, சொரியாசிஸ், மஞ்சள் காமாலை போன்ற உடல் குறைபாடுகளைக் கண்டறியலாம் என்பதால், நகம் என்பது இறந்த திசுவாகக் கருதப்படுவதில்லை.

அது மட்டுமல்லாமல் நகப்படுக்கை நரம்புடனும் தொடர்புகொண்டுள்ளது. விரலின் நுனிக்கு வெளியே, சதையோடு ஒட்டாமல் துருத்திக்கொண்டிருக்கும் நகத்தின் நுனிப் பகுதி மட்டுமே ரத்தம் பாயாமல், உணர்வில்லாமல் இருக்கிறது.

வலி, வெப்பம் போன்ற உணர்வுகளை மூளைக்கு எடுத்துச் செல்லும் கடத்திகளாக நரம்புகள்தான் செயல்படுகின்றன. நகத்தின் நுனிப்பகுதியில் நரம்புப் பிணைப்பு இல்லாததால், அதை வெட்டும்போது வலி தெரிவதில்லை. அதேநேரம் நகமும் தசையும் ஒட்டியிருக்கும் இடத்தில் நகத்தை வெட்டினால், நகம் ஒட்டியிருக்கும் சதைப் பகுதியும் சேர்ந்து இழுக்கப்படும். அந்தச் சதை நரம்புடன் பிணைக்கப்பட்டிருப்பதால், வலி தெரியும்.

15

இடதுகைக்காரர்கள் சிறந்த அறிவாளிகளா?

வலதுகைக்காரர்கள் நடைமுறைத் தர்க்கத்துக்கு ஏற்பச் சிந்திப்பவர்கள், பெரும்பாலும் சராசரியாக இருப்பார்கள். இடதுகைக்காரர்கள் படைப்பாளிகள், மிகச் சிறந்த அறிவாளிகள் என்றொரு நம்பிக்கை பொதுவாக நிலவுகிறது.

பெரும்பான்மையினரைப் போல ஒருவர் வலதுகைப் பழக்கமுள்ளவராக இருந்தாலும் சரி, சிறுபான்மையினரில் ஒருவராக இடதுகைப் பழக்கமுள்ளவராக இருந்தாலும் சரி - அவர்களுடைய மூளை செயல்படும் விதத்தில் பெரிய வேறுபாடு எதுவும் இல்லை. நிகழ்தகவு அடிப்படையில் ஒரு சில விஷயங்களில் மட்டும் கூடுதல் லாபங்கள் இருக்கலாம். எடுத்துக்காட்டாக, கிரிக்கெட்டில் இடதுகை பேட்ஸ்மேன், இடதுகைப் பந்துவீச்சாளராக இருப்பதால் சில அம்சங்கள்

சாதகமாக அமையும். மற்றபடி, மூளையின் எந்தப் பகுதியை ஒருவர் அதிகம் பயன்படுத்தினாலும், கிடைக்கும் பலனில் பெரிய வித்தியாசம் இல்லை.

அமெரிக்காவில் உள்ள உடா பல்கலைக்கழகத்தைச் சேர்ந்த ஜாரெட் நீல்சன், இது தொடர்பாக ஓர் ஆய்வை நடத்தினார். ஆயிரம் நபர்களின் மூளை ஸ்கேன்களை அவர் ஆராய்ந்தார். இதில் வலது அல்லது இடது மூளைக்காரர்கள் தனி ஆதிக்கம் செலுத்துவதற்கான எந்த ஆதாரத்தையும் கண்டறிய முடியவில்லை.

இடதுகைக்காரர்களுக்கு வலது அரைப்பாதி மூளையும், வலதுகைக்காரர்களுக்கு இடது அரைப்பாதி மூளையும் அதிகமாகச் செயல்படும். பொதுவாக வலது மூளை மேம்பட்டது என்றொரு நம்பிக்கை. ஆனால் பேசுவதற்கும் எழுதுவதற்கும் நல்ல உருவகமாகவும் உவமையாகவும் அது பயன்படலாமே தவிர, எந்த அறிவியல் ஆதாரமும் இந்தக் கூற்றில் இல்லை. ஜோசியத்தைப் போலவே, இதுவும் ஒரு மூடநம்பிக்கைதான்.

நேரத்தை வீணடிக்கக் கூடாது என்பதற்காக ஜப்பானில் முன்பெல்லாம் இரண்டு கைகளில் எழுதுவதற்குக் குழந்தைகளைப் பழக்குவார்களாம். கணினி வந்துவிட்ட பிறகு நம்மில் பலரும் ஜப்பானியர்களைப் போல மாறிவிட்டோம். ஏனென்றால், கணினியில் இரண்டு கைகளாலும்தானே தட்டச்சு செய்கிறோம்!

16

உலகில் வலதுகைக்காரர்கள் அதிகமிருப்பது ஏன்?

பரீட்சை எழுதும் ஓர் அறைக்குள் நுழைந்து நோட்டம் விட்டால், ஓரிருவரைத் தவிர எல்லோருமே வலதுகையால்தான் பரீட்சையை எழுதிக்கொண்டிருப்பார்கள். பெரும்பாலோர் வலதுகைப் பழக்கம் கொண்டவர்களாகவே இருப்பார்கள்.

உயிரினங்களில் ஒரு சில மட்டும் ஒற்றைக் கண், ஒற்றைக் கால் அல்லது ஒற்றைப் பாதம் போன்றவற்றை அதிகம் பயன்படுத்துகின்றன. அதேநேரம் அந்த உயிரினங்களில் இருந்து மனிதர்கள் மிகவும் வித்தியாசமானவர்கள். 90 சதவீத மனிதர்கள் வலதுகைப் பழக்கம்கொண்டவர்களே.

மொழிதான் காரணமா?

வலதுகைப் பழக்கத்துக்கும் மொழிப் பயன்பாட்டுக்கும் தொடர்பு உள்ளதாக, ஒரு கொள்கை கூறுகிறது. மனிதர்கள் மட்டுமே மொழியைப் பயன்படுத்துகிறார்கள். இதற்குச் சிறந்த இயக்கு ஆற்றல் (*Motor skill*) அவசியம். மூளையின் ஒரு பாதிதான்

பேச்சையும் இயக்கு ஆற்றலையும் கட்டுப்படுத்துகிறது. வலதுகைப் பழக்கம் கொண்டவர்களுக்கு, இடது அரைப்பாதி மூளைதான் பேச்சைக் கட்டுப்படுத்துகிறது, கை உட்பட உடலின் இயக்கு ஆற்றலையும் அதுவே கட்டுப்படுத்துகிறது. மொழியைச் சிறப்பாகக் கையாளும் திறனைக் கொண்ட இடது அரைப்பாதி மூளையே, வலதுகைப் பழக்கத்துக்கும் முக்கிய காரணம் என்று இந்தக் கொள்கை சொல்கிறது.

முழு விளக்கமா?

அதேநேரம், இடதுகைப் பழக்கமுள்ளவர்களுக்கும் இடது அரைப்பாதி மூளையே மொழியைக் கட்டுப்படுத்திக்கொண்டிருக் கிறது. அவர்களும் சிறப்பாகவே செயல்படுகிறார்கள். எனவே, வலதுகைப் பழக்கத்துக்கு மொழியைச் சிறப்பாகக் கையாளும் திறன் காரணம் என்ற கொள்கையை ஓரளவுக்குத்தான் ஏற்றுக்கொள்ள முடிகிறது.

அது மட்டுமல்லாமல், 50 சதவீதம் வலதுகைப் பழக்கம் உள்ளவர்கள், 50 சதவீதம் இடதுகைப் பழக்கம் உள்ளவர்கள் என்ற இரண்டு பிரிவினர் உலகில் உருவாகாதது ஏன் என்பதையும் இந்தக் கொள்கை விளக்கவில்லை.

இடதுகை ஆதாயம்

சரி, அது இருக்கட்டும். உலகில் பெரும்பாலோர் வலதுகைப் பழக்கத்தைக் கொண்டிருப்பதால் பல விஷயங்கள் அவர்களுக்கு வசதியாகவே வடிவமைக்கப்படுகின்றன. எடுத்துக்காட்டாக, இரு சக்கர வாகனத்தை இயக்கும் ஆக்சிலேட்டரை வலது பக்கம் வைத்திருப்பதைச் சொல்லலாம்.

இருந்தபோதும், ஒரு பெருங்கூட்டத்தில் மாறுபட்டு நிற்பவர்கள் கூடுதல் ஆதாயம் பெறுவது இயல்புதானே. விளையாட்டில் இடதுகை பேட்ஸ்மேன்கள், டென்னிஸ் வீரர்கள், வாள்சண்டை-குத்துச்சண்டை வீரர்கள் ஒப்பீட்டளவில் எளிதாக ஜொலிக்கிறார்கள். இடதுகைப் பழக்கம் கொண்டவர்கள் எப்படிச் செயல்படுவார்கள் என்பதை, வலதுகை பழக்கம் கொண்டவர்களால் முழுமையாகக் கணிக்க முடியாமல் போவதுதான் இதற்குக் காரணம்.

இந்த வீரர்களைப் போலவே இடதுகைப் பழக்கம் கொண்ட நமது மூதாதையர்களில் சிலர், தொடர்ச்சியாக வெற்றி பெற்றுக்கொண்டே வந்ததன் காரணமாகத்தான் இடதுகைப் பழக்கம் முற்றிலும் மறைந்துபோகாமல், இப்போதுவரை தப்பிப் பிழைத்திருக்கிறது.

17

சவரம் செய்தால் முடி வேகமாக வளருமா?

"**உ**ன்னுடைய முடி பூனை முடியைப் போலச் சன்னமாக இருக்கிறது, அடர்த்தியாக வளர வேண்டுமென்றால் சவரம் செய்' என்று இளவட்டப் பையன்கள் பேசிக்கொள்வதைக் கேட்டிருக்கலாம். பொதுவாகவே சவரம் செய்தால் முடி வேகமாகவும் அடர்த்தியாகவும் வளரும் என்று சொல்லவும் கேட்டிருப்போம்.

ஆனால், இது உண்மையல்ல.

சவரம் செய்தாலும், சவரம் செய்யாவிட்டாலும் முடி ஒரே வேகத்தில்-அடர்த்தியில்தான் வளர்கிறது. இதில் விஷயம் என்னவென்றால், பொதுவாக நம்முடைய முடி சூரிய வெளிச்சம்-வெப்பம் காரணமாக கொஞ்சம் கொஞ்சமாக வெளுத்துப் போகிறது. சவரம் செய்த பிறகு வெளியே வரும் புதிய முடி இப்படி வெளுக்காமல் அடர்நிறத்தில் இருக்கும் என்பதுதான், இதில் உறைந்திருக்கும் ரகசியம்.

புதிய முடி பார்ப்பதற்கு அடர்நிறத்தில் இருப்பது, வேகமாக வளர்வதைப் போன்ற போலித் தோற்றத்தைத் தரலாமே ஒழிய, அது உண்மையான அடர்த்தி அல்ல.

அதேபோலச் சவரம் செய்யப்படாத முடி இழையின் நுனி சிறுத்துப்போயிருக்கும். மாறாக, சவரம் செய்யப்பட்டுக் கத்தரிக்கப்பட்ட பிறகு வரும் புதிய முடி இழையின் நுனி, கரடுமுரடாக இருக்கும். இந்த இரண்டு அம்சங்கள் காரணமாகச் சவரம் செய்யப்பட்ட கொஞ்சக் காலத்துக்கு முடி அடர்த்தியாக இருப்பது போன்ற தோற்றம் உருவாகலாம். மற்றபடி, சவரம் செய்வதால் முடி வேகமாகவோ அடர்த்தியாகவோ வளரும் என்பதற்கு எந்த அறிவியல் ஆதாரமும் இல்லை.

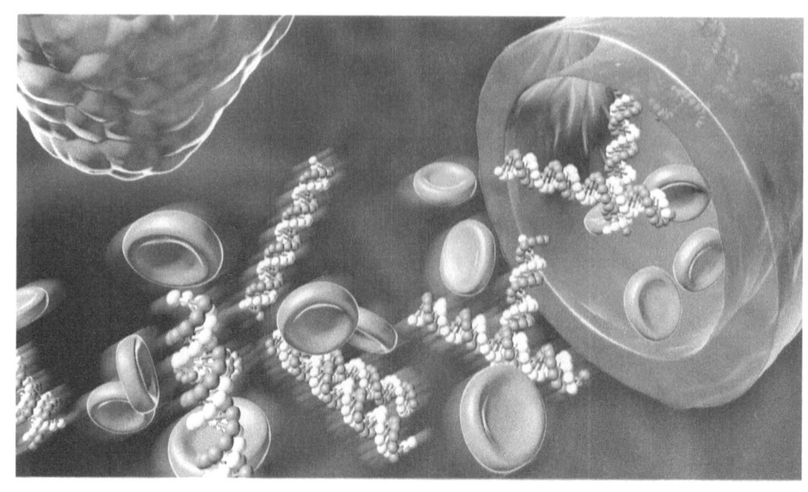

18

ரத்த தானத்தால்
டி.என்.ஏ. பிரச்சினை ஏற்படாதா?

ஒரு துளி ரத்தத்திலும் நம் மரபுப் பண்புகளை நிர்ணயிக்கும் டி.என்.ஏ. இருக்கிறது என்கிறோம். அப்படியென்றால் உடல்நலப் பிரச்சினைகளின்போது, மற்றவரிடமிருந்து ரத்தம் பெற்று நோயாளியின் உடலில் செலுத்துகிறார்கள். இப்படிச் செய்யும்போது இரு வேறு டி.என்.ஏ.க்கள் ஒரே உடலில் எப்படி உயிர்ப்புடன் இருக்கும்? அப்போது உடலுக்கு என்ன ஆகும் என்ற கேள்விகள் எழுவது இயல்பு.

இதற்கு எளிமையான விடை, நோயாளியின் உடலில் செலுத்தப்படும் ரத்தத்தில் டி.என்.ஏ.வே இருக்காது என்பதுதான். புரியவில்லையா?

ரத்த வெள்ளை அணுக்களில் மட்டுமே நியூக்ளியஸ் எனும் உட்கரு இருக்கிறது. ஒருவர் ரத்த தானம் செய்யும்போது, அந்த ரத்தத்தில் உள்ள ரத்தத் வெள்ளை அணுக்களில் மட்டுமே ரத்த

தானம் செய்பவரின் டி.என்.ஏ. இருக்கும். ரத்தச் சிவப்பணுக்களும் தட்டணுக்களும் (பிளேட்லெட்) எலும்பு மஜ்ஜையில் உற்பத்தியாகும்போதே உட்கருவை இழந்துவிடுகின்றன.

மீறிச் செலுத்தினால்...

அது மட்டுமில்லாமல் ஒருவரிடம் இருந்து பெறப்படும் ரத்தம், அப்படியே மற்றவருக்குச் செலுத்தப்படுவதில்லை. மையவிலக்கு விசைக் கருவி (centrifuge) மூலம் ரத்தம் சுழற்சிக்கு உட்படுத்தப்படுகிறது. இதில் பிளாஸ்மா, தட்டணுக்கள், சிவப்பணுக்கள், வெள்ளையணுக்கள் போன்றவை தனித்தனியாகப் பிரிக்கப்படுகின்றன. அதன் பிறகு, வெள்ளையணுக்களைத் தவிர்த்த மற்ற மூன்று அம்சங்கள் மட்டுமே தானம் பெறுபவரின் உடலில் செலுத்தப்படுகின்றன.

ஒரு வேளை பெறப்படும் ரத்தம் பிரிக்கப்படாமல், நோயாளிக்கு உடனடியாகச் செலுத்த வேண்டிய அவசர நிலை இருந்தால், 'febrile' என்ற வகை காய்ச்சல் நோயாளிக்கு ஏற்படும். ரத்தத் தானம் பெறுபவரின் ரத்த வெள்ளையணுக்கள் அயல் டி.என்.ஏ.வை அழிக்கும் செயல்பாட்டால் உருவாகும் காய்ச்சல்தான் இது.

19

வாசித்தல் ஏன் தூக்கத்தை வரவழைக்கிறது?

பலரும் அவ்வளவு நேரம் சுறுசுறுப்பாக இயங்கிக்கொண்டு இருந்திருப்பார்கள். புத்தகத்தை கையில் எடுத்த கொஞ்ச நேரத்தில் தூக்கம் கண்களைச் சுழற்றிக்கொண்டு வந்துவிடும். ஏன் இப்படி நடக்கிறது? வாசித்தல், ஏன் நமக்குத் தூக்கத்தை வரவழைக்கிறது?

தளர்ந்த உடல்

முதலாவதாக, மிகவும் சௌகரியமான நிலையில் உடலை வைத்துக்கொண்டுதான் பொதுவாக நாம் வாசிக்க ஆரம்பிக்கிறோம். அதாவது உடலை நன்றாகத் தளர்த்தும் வகையில் உட்கார்ந்துகொண்டோ படுத்துக்கொண்டோ. அது மட்டுமல்லாமல் சத்தம் ஏதுமில்லாத ஓர் இடத்தில், ஒரு நாளின் கடைசி வேலையாக அல்லது உடல் ஆற்றலை பெரிதாகச் செலவழித்த பின்னர்தான்,

பெரும்பாலும் வாசிக்க உட்காருகிறோம். இதன் காரணமாக வாசிக்க ஆரம்பித்த கொஞ்ச நேரத்தில் உடல் ஓய்வு நிலைக்குச் சென்றுவிடுகிறது அல்லது தூக்கத்தை நோக்கி இழுக்கப்படுகிறது.

கவனம் திசைதிரும்புதல்

மற்றொருபுறம் நம்மைக் கவர்ந்து இழுக்கும் ஒரு புத்தகமோ அல்லது கதையோ நடப்பு உலகத்திலிருந்து, நடப்புக் கவலைகளிலிருந்து வேறொரு உலகத்துக்கு நம்முடைய கவனத்தை இட்டுச் செல்கிறது. நாளைக்கு உங்களை மிரட்டப்போகும் பரீட்சை அல்லது வேலைக்கான காலக்கெடு அல்லது நீண்ட தூரப் பயணத்துக்கான திட்டத்தை வாசிப்பு தற்காலிகமாக மறக்க வைத்திருக்கும்.

நம்முடைய மனம் பெரும்பாலான நேரம், நடப்புக் கவலைகளை எப்படித் தீர்ப்பது என்பது குறித்தே யோசித்துக்கொண்டிருக்கிறது. வாசிக்கும்போது அதிலிருந்து விலகி, நம்முடைய மனமும் தளர்வான நிலைக்குச் சென்றிருக்கும்.

பிடிக்காமல் போனால்

நேர்மாறாக, நீங்கள் வாசிப்பது கவனத்தைக் கவராமல் சலிப்படைய வைக்கும் வகையில் இருக்கிறது என்று வைத்துக்கொள்வோம். அப்போது என்ன நடக்கும்? தொடர்ந்து வாசிப்பதற்கு எடுக்கும் முயற்சி, மூளையை சோர்வடையச் செய்யும் (எடுத்துக்காட்டாக, ஆர்வமற்று பாடப்புத்தகத்தை வாசிப்பது). இந்த நிலையில் உங்கள் மனதின் கவனம் சிதறி அரைத்தூக்க நிலைக்குச் சென்றிருக்கும். இதுவும்கூட விரைவிலேயே தூக்கத்தை வரவழைத்து விடுகிறது.

20

குழந்தையை 'ஹைப்பர்' ஆக்குமா இனிப்பு?

'இனிப்பையோ சாக்லேட்டையோ என் குழந்தைகளுக்குத் தந்துவிடாதீர்கள். அதற்கப்புறம் ஹைப்பர் ஆக்டிவ் (அதீதத் துறுதுறுப்பு - சுருக்கமாக ஹைப்பர்) ஆகிவிடுவார்கள். நம்மால் கையில் பிடிக்கவே முடியாது' என்று சில பெற்றோர்கள் அலுத்துக்கொண்டு, குறைபட்டுக்கொள்வதைக் கேட்டிருப்போம்.

இனிப்பு, சாக்லேட்டில் உள்ள சர்க்கரை உடலுக்கு உடனடி ஆற்றல் தருவது, நாம் அறிந்ததுதான். அதீதத் துறுதுறுப்புக்கும் சர்க்கரைக்கும் இடையே உள்ள தொடர்பு குறித்து ஆராய்வதற்காகப்

பல் வேறு அறிவியல் பரிசோதனைகள் இதுவரை மேற்கொள்ளப்பட்டுள்ளன. ஆனால், இந்தப் பரிசோதனைகளில் இரண்டுக்கும் எந்தத் தொடர்பும் உறுதி செய்யப்படவில்லை.

'பாரபட்சமான உறுதிப்படுத்துதல்' (Confirmation Bias) என்ற கோட்பாடு காரணமாக, இரண்டுக்கும் தொடர்பு உண்டு என்ற நம்பிக்கை பரவலாகி இருக்கலாம். அமெரிக்காவில் உள்ள கென்டகி பல்கலைக்கழகத்தில் நடத்தப்பட்ட ஒரு ஆய்வில், ஒரு குழந்தை இனிப்பைச் சாப்பிடாத நிலையிலும், 'உங்கள் குழந்தை இப்போது சர்க்கரையைச் சாப்பிட்டிருக்கிறது' என்று பொய்யாகச் சில பெற்றோர்களிடம் கூறியபோது, உடனே 'தன் குழந்தை ஹைப்பராகச் செயல்படுவதாக' பல பெற்றோர்கள் கூறியது பதிவுசெய்யப்பட்டுள்ளது.

உண்மையில் இனிப்புக்கும் ஹைப்பர் ஆக்டிவ்வுக்கும் நேரடியாக எந்தத் தொடர்பும் இல்லை. அதற்காக, இனிப்பையும் சாக்லேட்டையும் குழந்தைக்கு மட்டுமல்ல, யாருக்குமே அள்ளிக் கொடுத்துவிடக் கூடாது.

ஒருவருடைய உடலில் குளூகோஸ் அல்லது உடல் இயங்குவதற்குத் தேவையான அடிப்படை ஆற்றல் குறைந்தால், உடனடியாக அதைச் சீரமைத்து சுறுசுறுப்பாக ஆக்குவதற்கு சர்க்கரையோ இனிப்போ நிச்சயமாகத் தேவை என்பதில் மட்டும் எந்த மாற்றமும் இல்லை.

21

இருமல், தும்மல் கிருமி எத்தனை மீட்டருக்குப் பரவும்?

காற்றில் பரவும் கிருமிகளின் எண்ணிக்கையைக் கணக்கிட்டால், நம்மைச் சுற்றி யாராவது இருமுவதை நினைத்துப் பார்ப்பதே மிகப் பெரிய பயங்கரமான அனுபவமாக மாறிவிடும்.

எட்டு மீட்டர்வரை

அமெரிக்காவில் உள்ள மாசசூசெட்ஸ் தொழில்நுட்ப நிறுவனத்தைச் சேர்ந்த விஞ்ஞானிகள் நடத்திய ஆராய்ச்சியின்படி, நமக்குப் பக்கத்தில் இருப்பவர் மட்டுமல்ல, தொலைவில் இருப்பவர் இருமினாலும் தும்மினாலும்கூட நமக்கு நோய் தொற்றுவதற்கான சாத்தியம் மிகமிக அதிகம்.

இருமும்போது ஒருவர் வெளியிடும் திரவத் துளிகள் ஆறு மீட்டர் தொலைவுக்குப் பயணிக்கும். அதேநேரம் தும்மும்போது வெளியிடும் திரவத் துளிகள் எட்டு மீட்டர் தொலைவுக்குப் பயணிக்குமாம். அப்படிப் பார்த்தால் இந்த இரண்டு இடைவெளிகளுக்குள் நாம் எங்கே இருந்தாலும் ஆபத்துதான். ஏனென்றால், வெளியிடப்படும் திரவத் துளிகளில் உள்ள நோய்க் கிருமிகள் 10 நிமிடங்கள்வரை உயிருடன் இருக்கக்கூடியவை.

நோய் பரப்ப வேண்டாம்

இந்தியா போன்ற மக்கள் நெருக்கம் மிகுந்த நாடுகளில் உடல்நலம்-நோய்த்தொற்று பற்றிய போதிய விழிப்புணர்வு இல்லாததால்தான், ஒருவருக்கு உள்ள நோய்த் தொற்று பெரும்பாலோருக்கு எளிதாகப் பரப்பப்படுகிறது. இது மிக முக்கியமான சுகாதாரச் சீர்கேடு. ஏனென்றால் காசநோய் போன்ற தீவிர-தொடர் சிகிச்சை தேவைப்படும் நோய்கள், பலருடைய அலட்சியம் காரணமாகவே மோசமாகப் பரவுகின்றன.

தும்மும்போதும் இருமும்போதும் மூக்கு, வாயிலிருந்து கிருமிகள் வெளியேறாமல் இருக்கக் கைக்குட்டையையும் மென்மையான 'டிஷ்யு' தாளையும் பயன்படுத்த வேண்டும். இது அடுத்தவருக்கு மட்டுமல்லாமல், நமது உடல்நலனுக்குமேகூட மிகவும் நல்லது.

கடைசியாக ஒரு விஷயம் எவ்வளவு சிறியதாகவும் பெரிதாகவும் தும்மினாலும், நம்மால் கண்களைத் திறந்துகொண்டு தும்ம முடியாது. தும்மும்போது இதைப் பற்றியெல்லாம் நாம் யோசிக்க மாட்டோம் என்றாலும், கண்களைத் திறந்துகொண்டு தும்முவது மட்டும் சாத்தியமில்லை.

22

உயரத்திலிருந்து விழும் நாணயம் உயிரைக் கொல்லுமா?

அதீத உயரம் கொண்ட கோபுரங்களில் இருந்து கீழே தவறவிடப்படும் நாணயம் போன்றதொரு சிறுபொருள், முற்றுத் திசைவேகம் (*terminal velocity*) காரணமாக ஒரு ஆளையே கொன்றுவிடும் என்றொரு மூடநம்பிக்கை இருக்கிறது.

காற்றில் உராய்வு பெரிதாக இல்லாத நிலையில், இந்த முற்றுத் திசைவேகம் அளவுக்கு அதிகமாக அதிகரித்து ஆளைக் கொன்றுவிடக்கூடும் என்பதே அந்த நம்பிக்கையின் அடிப்படை. பாரீஸின் அடையாளமான ஈபிள் கோபுரம், ஒரு காலத்தில் உலகின் மிக உயரமான கட்டிடமாக இருந்த நியூயார்க்கின் எம்பயர் எஸ்டேட் போன்ற கட்டிடங்களில் இருந்து தவற விடப்படும் நாணயம் இதை சாத்தியப்படுத்தக்கூடும் என்று நம்பப்பட்டது.

இந்த மூடநம்பிக்கை, கட்டிடங்களின் அளவுக்கு அதிகமான உயரம் காரணமாக உருவாகி இருக்கலாம். மேலே தவறவிடப்பட்ட நிலையில் இருந்து, கீழே வந்து சேர்வது வரையிலான நாணயத்தின் முற்றுத் திசைவேகம் கிட்டத்தட்ட நிலைத்ததாகவே இருக்கும் - அது மணிக்கு 44 கி.மீ. தவறவிடப்பட்ட புள்ளியிலிருந்து 50 அடிக்குப் பிறகு நாணயம் முற்று திசைவேகத்தை அடைந்துவிடுகிறது. அதற்குப் பிறகு, அதன் திசைவேகத்தின் அளவில் பெரிதாக எந்த மாற்றமும் இருக்காது.

அமெரிக்காவில் உள்ள வர்ஜீனியா பல்கலைக்கழகத்தைச் சேர்ந்த இயற்பியலாளர் லூயி புளும்ஃ்பீல்ட் உயரமான கட்டிடங்களில் இருந்து நாணயங்களைத் தவறவிட்டுச் சோதனை நடத்திப் பார்த்துள்ளார். இதில் அதிகபட்சமாக 44 கி.மீ. வேகத்தில் கீழே விழும் நாணயங்கள் தோலைக் கிழிக்கக்கூடிய வீரியத்தைகூடக் கொண்டிருக்கவில்லை என்று அவர் கண்டறிந்திருக்கிறார். அதிகபட்சமாக, சிறிய வெட்டுக் காயத்தை வேண்டுமானால் ஏற்படுத்தலாம்.

இந்த மூடநம்பிக்கை ஒருவேளை உண்மையாக இருந்தால், நியூட்டன் தலையில் விழுந்த ஆப்பிள் அவரை காயப்படுத்தியிருக்க வேண்டும். மாறாக அவருடைய அறிவைத் தூண்டி, புவியீர்ப்பு விசையைக் கண்டுபிடிக்க அல்லவா வைத்துவிட்டது!

23

நமக்கு நாமே கிச்சுக்கிச்சு மூட்டிக்கொள்ள முடியுமா?

கிச்சுக்கிச்சு மூட்டினால் குழந்தைகள் இடைவெளி இல்லாமல், கள்ளங்கபடமற்ற அவர்களுடைய சிரிப்பை உதிர்த்துக்கொண்டே இருப்பார்கள். ஒருவர் அறியாதபோது திடீரென்று அவருடைய உடலின் குறிப்பிட்ட பகுதிகளைத் தொட்டுவிட்டால் கூச்சம் ஏற்பட்டுவிடுகிறது.

அதெல்லாம் சரி, நமக்கு நாமே கிச்சுக்கிச்சு மூட்டிக்கொள்ள முடியுமா? அப்படிச் செய்யும்போது நம் உடல் கூச்சம் அடையுமா, சிரிப்பு வருமா?

தப்பிக்கும் வழி

கிச்சுக்கிச்சு மூட்டும்போது நம் உடலை நெளிப்பதும் முகத்தைச் சுளிப்பதும் ஏன் ஏற்படுகிறது? நம்முடைய உடலின் முக்கியமான பகுதிகளை எதிரிகள் பிடித்துக்கொள்ளும்போது, இயற்கையான

உடல் அசைவுகளின் மூலம் தப்பிப்பதற்கு என்ன செய்வோமோ, அதைத்தான் கிச்சுக்கிச்சு மூட்டும்போதும் செய்கிறோம் என்கிறார் 'பரிணாமவியலின் தந்தை' சார்லஸ் டார்வின்.

கிச்சுக்கிச்சு என்ற வெளிப்பாட்டை விளக்குவதற்கே டார்வின் இப்படிக் கூறியிருக்கிறார். நமக்குத் தெரியாமல் எதிர்பாராத நேரத்தில் அந்நியர் நம் உடல் பாகத்தைத் தொடும்போது ஏற்படும் அசைவின் ஒரு வெளிப்பாடுதான் கிச்சுக்கிச்சு. இதனால் நிச்சயமாக உயிருக்கோ உடலுக்கோ ஆபத்து இல்லை.

நமக்கு நாமே

அதேநேரம், நமக்கு நாமே கிச்சுக்கிச்சு மூட்டிக்கொள்ள முடியாது. அதற்குக் காரணம் இருக்கிறது. நமக்கு நாமே கிச்சுக்கிச்சு மூட்டிக்கொள்ளும்போது, உடலின் எந்தப் பகுதியில், என்ன செய்யப் போகிறோம் என்பது நமது மூளைக்கு முன்கூட்டியே தெரிந்துவிடுவதுதான் அதற்குக் காரணம். எதிர்பாராத நிலையில் அது நிகழ்வதில்லையே.

நமக்கு நாமே கிச்சுக்கிச்சு மூட்டிக்கொள்ளும்போது, நமது சிறுமூளை அந்தச் செய்தியை மூளையின் 'சொமாட்டோசென்சரி கார்டெக்ஸ்' பகுதிக்கு அனுப்பும். அதுதான் தொடு உணர்வுக்கான மூளையின் பாகம். நமக்கு நாமே கிச்சுக்கிச்சு மூட்டிக்கொள்வது பற்றி, தொடு உணர்வுக்கான மூளைப் பாகத்துக்கு நமது சிறுமூளை முன்கூட்டியே உளவுத் தகவலைச் சொல்லி விடுகிறது. அதனால், அதைக் குறைந்தபட்ச ஆபத்தாகக்கூட மூளை நினைப்பதில்லை. அதனால்தான் கிச்சுக்கிச்சுவோ சிரிப்போ நமக்குத் தோன்றுவதில்லை.

பெண்களைவிட ஆண்களே அதிக உடல் கூச்சம் கொண்டவர்கள் என்கிறது ஓர் ஆய்வு. அத்துடன் மூளையின் இடது பகுதிதான் சிரிப்பு போன்ற நமது ஆக்கப்பூர்வமான உணர்வுகளுக்கான பகுதி. அதனால், உடலின் வலது பாகத்தில் செய்யப்படும் கிச்சுக்கிச்சு அதிக உடல் நெளிவை ஏற்படுத்தச் சாத்தியமுள்ளது.

உயிரினங்கள்

24

தங்கமீன்
மறதிப் பேர்வழியா?

அலங்கார மீன் வளர்க்கும் பெரும்பாலான குழந்தைகளின் முதல் தேர்வு தங்க மீன்களாகவே இருக்கும். இப்படித் தொட்டிக்குள் சுற்றிச் சுற்றி வரும் தங்க மீன்களைப் பார்க்கும் சிலர், 'மூன்று விநாடிகளுக்கு மேல் ஒரு விஷயத்தை அந்த மீன்களால் ஞாபகம் வைத்துக்கொள்ள முடியாதாமே!' என்று உச்சுக் கொட்டிக்கொண்டே பரிதாபப்படுவார்கள்.

இது மிகவும் தவறான தகவல். ஏனென்றால், புதிர்ப்பாதையில் தாங்கள் செல்ல வேண்டிய வழியை நினைவில் வைத்துக் கொள்ளக்கூடிய திறனைத் தங்க மீன்கள் பெற்றிருக்கின்றன. ஸ்பெயினில் உள்ள செவில் பல்கலைக்கழக ஆராய்ச்சியாளர்கள் மேற்கொண்ட ஓர் ஆய்வில் தங்கள் சுற்றுச்சூழல் சார்ந்த ஒரு மனச்சித்திரத்தை உருவாக்கவும், அதை நினைவில் வைத்துக்கொள்ளும் திறனையும் தங்க மீன்கள் பெற்றுள்ளன என்பது தெரியவந்துள்ளது.

புதிர்ப்பாதைப் பரிசோதனையில் தொடக்கப்புள்ளி முதல் முடிவுவரை ஏற்கெனவே பழக்கப்பட்ட பாதைக்கு மாறாக, புதிய பாதையைத் தேர்ந்தெடுத்து முடிவைச் சென்றடையும் திறனையும் அவை பெற்றுள்ளன.

தங்க மீன்கள் கிட்டத்தட்ட ஐந்து மாதங்கள்வரை ஒரு விஷயத்தை நினைவில் வைத்துக்கொள்ள முடியும் என்று பிரிட்டனில் உள்ள பிளைமவுத் பல்கலைக்கழகத்தில் நடத்தப்பட்ட மற்றொரு ஆய்வு தெரிவிக்கிறது. அதேநேரம், சில லிட்டர் தண்ணீர் மட்டுமே கொள்ளக்கூடிய தொட்டியில் தங்க மீன்களைப் போட்டு அடைத்துவிடும் மனிதர்களுடைய கரிசனம் வேண்டுமானால் குறைவு என்று சொல்லலாம்.

அப்புறம் மீன்களைப் பற்றி இன்னொரு விஷயம், மீன்களுக்கு இமை கிடையாது. அதனால் அவை கண்களை மூடித் தூங்குவதில்லை. ஓரிடத்தில் நின்றபடியே ஓய்வு எடுப்பதோடு சரி.

25

குட்டி இறக்கையால்
தேனீ பறப்பது எப்படி?

நம் தலையைச் சுற்றி வட்டமிடும், காதுக்குள் புக முயற்சிக்கும் குளவிகளை எதிர்கொண்ட அனுபவம் உங்களுக்கு உண்டா? இந்தக் குளவிகள், தேனீக்கள், வண்டுகளை உற்றுப் பார்த்தால் லேசான, இத்துனூண்டு இறக்கைகளை மட்டுமே அவை கொண்டிருக்கும். ஆனால், அவற்றை வைத்துக்கொண்டு அவ்வளவு பெரிய உடலை சுமந்துகொண்டு அநாயாசமாக அவை பறக்கின்றனவே, அது எப்படி?

தேனீக்களாலும் வண்டுகளாலும் இப்படிப் பறக்க முடிவது, ஓர் இயற்பியல் அதிசயம். இயற்பியல் விதிகளை மீறித் தேனீக்கள் பறக்கின்றன என்று சிலர் வாதிடுகிறார்கள். பல தேனீக்களின் உடல்

பெரிதாக இருக்கலாம். அதற்குச் சற்றும் சம்பந்தமில்லாமல் சிறிய, லேசான இறக்கையை அவை கொண்டிருக்கும் தோற்ற ஒப்பீடே இந்தச் சந்தேகம் உருவாவதற்குக் காரணம்.

இப்போதுள்ள இயற்பியல் மாதிரிகளின் அடிப்படையில் பார்க்கும்போது, தேனீக்களின் உடலும் அவற்றின் பறத்தலும் பொருத்தமற்றதாகத் தோன்றுகிறது. எதிர்காலத்தில் உருவாக்கப்படும் புதிய இயற்பியல் மாதிரிகளின் அடிப்படையில் தேனீக்களின் பறத்தல் நிகழ்த்திக்காட்டப்படும்போது, இயற்பியல் விதிகள் புதிய விளக்கத்தைத் தரலாம்.

உண்மையில், தேனீக்கள் எந்த இயற்கை விதிகளையும் மீறவில்லை. பார்க்கப் பெரிதாக இருந்தாலும், அவற்றின் உடல் எடை என்னவோ சராசரியாக 0.2 கிராம்தான். அதாவது 200 மில்லிகிராம். அவற்றின் இறக்கைகள் இந்த எடையைத் தூக்கிக்கொண்டு பறக்கும் திறனைக் கொண்டுள்ளன என்பதில் எந்தச் சந்தேகமும் இல்லை.

26

தேனீக்கள் ஏன் கொட்டியவுடன் மரித்துப் போகின்றன?

தேனீக்கள் தற்காப்புக்காகவும் தேனடையைப் பாதுகாக்கவும் தங்கள் கொடுக்கால் கொட்டுகின்றன. தேனீக்கள் கொடுக்கால் கொட்டியவுடன், கொட்டப்பட்ட உயிரினத்துக்குக் காயம் ஏற்படுகிறது. கூர்முனை பல்சட்டத்தைப் போன்று கொடுக்கின் அமைப்புடன் இருப்பதால் சில வகைத் தேனீக்களுக்கும் சேர்த்தே அது காயத்தை ஏற்படுத்தி விடுகிறது.

இதில் தற்கொலைச் செயல்பாடு எதுவும் இல்லை. ஒரு தேனீ மற்றொரு பூச்சியைக் கொட்டினால், தன் கொடுக்கை திரும்ப இழுத்துக்கொள்ள முடியும். இதில் எந்தப் பிரச்சினையும் இல்லை.

அதேநேரம் தேனீயின் கொடுக்கு ஆழமாகப் பாய்ந்துவிட்டால், சம்பந்தப்பட்ட தேனீ உயிர் பிழைப்பது சந்தேகம்தான். பாலூட்டிகளின் தோலின் மீது தேனீ கொட்டும்போது, அதன் கொடுக்கு விடுபட முடியாத வகையில் கொட்டப்பட்ட தசையில் சிக்கிக்கொள்கிறது. அதிலிருந்து கொடுக்கை விடுவித்துக்கொண்டு தேனீ தப்பிக்க முயற்சி எடுக்கும்போது, அதன் அடி வயிறு கிழிந்துபோகிறது. சம்பந்தப்பட்ட தேனீயும் மரிக்கிறது.

கொடுக்கால் கொட்டும் பூச்சிகளில் தேனீ மட்டுமே இப்படி மரித்துப் போகிறது. அதேநேரம் ஒரு தேனடையைப் பாதுகாக்க இதுபோல சில வேலைக்காரத் தேனீக்கள் இழக்கப்பட்டாலும், தேனடை பாதுகாக்கப்படுகிறது. தேனடையை எடுக்க வரும் யாரானாலும், தேனீயின் கொட்டுதலுக்கு பயந்து அடுத்த முறை தேனடையைத் தொந்தரவு செய்ய யோசிப்பார்கள் இல்லையா, அதுவே ஒரு கூட்டு வாழ்க்கைக்குக் கிடைக்கும் வெற்றி.

27

அழுகிய இறைச்சியால் பிணந்தின்னிக் கழுகு சாகாதா?

இறந்து அழுகிப் போன இறைச்சியை, நோய் வந்த உயிரினங்களின் இறைச்சியைச் சாப்பிடும் பிணந்தின்னிக் கழுகுகள் (பாறு) எப்படி உயிரோடு இருக்கின்றன? அவை நோயால் தாக்கப்படாதா?

நூற்றுக்கணக்கான பாக்டீரியா

இறந்த உடல்களை பாக்டீரியாவே மக்கிப்போக வைக்கிறது. அப்போது அவை வெளியிடும் வேதி நச்சுகள், பறவைகள், உயிரினங்களுக்கு ஆபத்தானவையாக இருக்கின்றன. ஆனால், பிணந்தின்னிக் கழுகுகளோ உயிரினங்களின் உடல் சிதைக்கப்படும்வரை காத்திருக்கின்றன. அப்போதுதான் விலங்குகளின் வலுவான மேல்தோல் துளைக்கப்பட்டிருக்கும் என்பதால், உள்ளிருக்கும் இறைச்சியை அவற்றால் எளிதாகச் சாப்பிட முடியும்.

அழுகிக்கொண்டிருக்கும் பிணத்தில் பாக்டீரியா பெருக ஆரம்பிக்கும்போது, பொதுவாக இரைப்பை அமிலத்தால் அழிக்கப்பட முடியாத வேதி நச்சுகளை அவை வெளியிடுகின்றன. பிணந்தின்னிக் கழுகுகளின் அலகில் நூற்றுக்கணக்கான பாக்டீரியா இருப்பது உறுதிசெய்யப்பட்டுள்ளது. இறந்த உயிரினங்களைச் சாப்பிடும்போது ஆபத்தான நுண்ணுயிரிகள் பிணந்தின்னிக் கழுகுகளின் வயிற்றுக்குள் போகின்றன. நூற்றுக்கணக்கான பாக்டீரியா உள்ளே போனாலும், அவற்றின் இரைப்பையில் இரண்டு பாக்டீரியா வகைதான் அதிகமாகக் காணப்படுகின்றன.

நஞ்சைத் தாங்கும்

முதலாவதாக தொண்டையில் உள்ள பாதுகாப்பு மேற்பூச்சு மூலம் ஓரளவு நச்சைக் கிரகித்துக்கொள்வதுடன், நோயெதிர்ப்பு செல்கள் மூலம் நச்சில் குறிப்பிடத்தக்க அளவை பிணந்தின்னிக் கழுகுகள் முறித்துவிடுகின்றன. அவற்றின் வயிற்றில் உள்ள செரிமான அமிலம், மனிதர்களுடையதைவிடப் பத்து மடங்கு வீரியமானது. இந்த அமிலங்கள் தீமை செய்யும் பாக்டீரியா வகைகளை அழித்துவிடும் ஆற்றல் படைத்தவை.

பிணந்தின்னிக் கழுகுகளின் செரிமான நடைமுறையின்போது இரைப்பையில் இருக்கும் இரைப்பை அமிலம் பெரும்பாலான பாக்டீரியா வகைகளை அழித்துவிடுகிறது. அதேநேரம் மற்ற உயிரினங்களைக் கொல்லக்கூடிய பாக்டீரியா வகைகள் பிணந்தின்னிக் கழுகுகளின் சிறுகுடலில் இருக்கின்றன. இறைச்சி அழுகும்போது உருவாகும் *Fusobacteria*, நச்சுத்தன்மை கொண்ட *Clostridia* பாக்டீரியாதான் அவை. பல பாக்டீரியா வகைகளை அவற்றின் இரைப்பை அமிலம் கொன்றாலும்கூட, ஆபத்தான சில பாக்டீரியா வகைகளைச் சகித்துக்கொள்ளக்கூடிய திறனை அவை பெற்றுள்ளதுதான் சிறப்பம்சம்.

இதில் ஆச்சரியம் என்னவென்றால், சாப்பிடும் அழுகிய இறைச்சியையவிட பிணந்தின்னிக் கழுகுகளின் எச்சம் சுத்தமாக இருப்பதுதான். இயற்கைத் துப்புரவாளர்களின் பணி அதனால்தான் மிகச் சிறந்ததாகப் போற்றப்படுகிறது போலும்.

இவ்வளவு அற்புதமான திறன்களைப் பெற்றுள்ள பிணந்தின்னிக் கழுகுகள், இந்தியாவில் அழிவின் விளிம்புக்கு ஏற்கெனவே தள்ளப்பட்டுவிட்டன என்பதுதான் பெரிய சோகம்.

28

கொசுக்களுக்கு ரத்தப் பிரிவு உண்டா?

சாயங்காலம் ஆகிவிட்டால் போதும், போர்ப்படை போலப் புறப்பட்டு வரும் கொசுப் படையும், அதை எதிர்கொள்வதற்கான ஆயத்தங்களும் வீடுகளில் தொடங்கி விடுகின்றன.

ஒரு கடியில்

கொசுக்கள் நம்முடைய ரத்தத்தை உறிஞ்ச, ரம்ப வடிவத் தூவிகள் கொண்ட உறிஞ்சுகுழலைத் தோலுக்குள் செலுத்துகின்றன. இந்த ரம்ப வடிவத் தூவிகள் லேசான வலியை ஏற்படுத்தலாம்.

ரத்தத்தை உறிஞ்சும்போது அது உறைந்து போய்விடாமல் இருக்க, நொதிகள் கொண்ட எச்சில் போன்ற ஒரு பொருளைக் கொசுக்கள் சுரக்கின்றன. இந்த எச்சில் ஏற்படுத்தும் அலர்ஜியால்தான் கொசு கடித்த இடத்தில் சிலருக்குத் தடிப்பு ஏற்படுகிறது.

ஒரு கொசு ஒரு கடியில் மூன்று மில்லிகிராம் ரத்தத்தைக் குடிக்கும். ஆனால், ஒரு கொசுவின் சராசரி எடையே 2.5 கிராம்தான்.

எப்படிக் கண்டுபிடிக்கின்றன?

மனிதர்கள் சுவாசிக்கும்போது வெளியிடும் கார்பன் டை ஆக்சைடு, வியர்வையில் உள்ள நூற்றுக்கணக்கான வேதிப்பொருட்கள், உடல் சூடு ஆகியவற்றை வைத்துக் கொசுக்கள் நம்மை நெருங்குகின்றன. இந்த அம்சங்கள் யாரிடம் அதிகம் இருக்கின்றனவோ, அவர்களைக் கொசு கடிப்பதற்கான சாத்தியம் அதிகம்.

அத்துடன் 'ஓ' ரத்த வகையைச் சேர்ந்தவர்களைக் கொசுக்கள் அதிகம் கடிப்பதாக ஆய்வுகள் சொல்கின்றன. இதற்குக் காரணம் அந்த ரத்த வகையைக் கொண்டவர்களின் ரத்தத்தில் உள்ள புரதம்தானாம். கொசுக்கள் முட்டையிடுவதற்குப் புரதம் அவசியம். இப்படியாகப் பெண் கொசுக்களுக்கு மனித ரத்தமே முதன்மை உணவாக இருக்கிறது.

ரத்தப் பிரிவு

மனிதர்களிடையே பல்வேறு ரத்தப் பிரிவுகள் உண்டு. மனிதர்களில் ஒருவருடைய ரத்தத்தை வேறொரு ரத்தப் பிரிவைக் கொண்டவருக்குச் செலுத்தினால், உடல் ஏற்றுக்கொள்வதில்லை ('ஓ' பாசிட்டிவ் வகையைத் தவிர). அதேநேரம் அடுத்தடுத்து வெவ்வேறு ரத்தப் பிரிவுகளைக் குடிக்கும் கொசுக்களுக்கு எந்தப் பிரச்சினையும் வராதா?

கொசு ரத்தம்

மனிதர்களின் ரத்தத்தில் உள்ள சிவப்பு அணுக்களின் மேற்புறத்தில் ஒரு வகையான புரதம் இருக்கிறது. இந்தப் புரதம் இருந்தால் அது பாசிட்டிவ் ரத்தம், இல்லையென்றால் நெகட்டிவ் வகை ரத்தம்.

அதேநேரம் நமது ரத்தத்தைக் குடித்து வாழும் கொசுக்களுக்கு எந்த ரத்தப் பிரிவும் கிடையாது. எதற்கு அதிகம் வளர்ப்பானேன்? கொசுக்களுக்கு ரத்தமே கிடையாது.

ரத்தத் திரவம்

கொசுக்களுக்கு உடல் திரவங்கள் உண்டு, ஆனால், அது ரத்தமில்லை. ஹீமோலிம்ப் (hemolymph) என்ற ரத்தத்தைப் போன்ற திரவம், அவற்றின் உடலில் ஓடுகிறது. இது மனித ரத்தத்தைப் போன்றதல்ல. அதில் ரத்தச் சிவப்பணுக்கள் கிடையாது. சிவப்பணுக்கள்தான் ரத்த வகைகளின் பாசிட்டிவ், நெகட்டிவ் அம்சங்களை நிர்ணயிக்கின்றன. எனவே, கொசுக்களுக்கு ரத்தமோ ரத்த வகைகளோ கிடையாது.

வேதியியல்

29

மண்ணிலிருந்தா வருகிறது மண்வாசனை?

முதல் மழைத் துளி மண்ணில் பட்டதும், சட்டென்று புறப்பட்டு வந்து நமது நாசியைத் துளைக்கும் அந்த இனிமையான நறுமணம் எப்படி வருகிறது, எங்கிருந்து வருகிறது?

அதை 'மண்வாசனை' என்று சொல்லிவிடுகிறோம். ஆனால், மண்ணிலிருந்தா வருகிறது அந்த வாசனை? இல்லை.

பாக்டீரிய வித்து

மண்வாசனைக்கு ஆங்கிலத்தில் 'Petrichor' என்று பெயர். மண் மீது மழைத் துளிகள் பட்டவுடன் வேதிவினை நடப்பதால் மண்வாசனை தோன்றுகிறது.

மண்ணில் வாழும் ஆக்டினோமைசீஸ் அல்லது ஸ்டிரெப்டோமைசீஸ் என்ற பாக்டீரியா வகைகள் வெளியிடும்

வேதிப்பொருட்களே, இனிமையான மண்வாசனையைத் தருகின்றன.

இந்தப் பாக்டீரியா வகைகள் உலகம் முழுவதும் மண்ணில் இழைகளாக வாழ்கின்றன. மண் காய்ந்து போகும்போது, இவை தங்கள் வித்துகளை வெளியிடுகின்றன. மழை வரும்போது மழைத்துளிகள் மண் மீது விழும் வேகத்தில், இந்த வித்துகள் காற்றை நோக்கி மேலே வீசப்படுகின்றன. அதில் வெளிப்படும் வேதிப்பொருள் 'டைமெதில் 9 டிகலால்'. நாம் சுவாசிக்காத வித்துகள் மீண்டும் ஈரமான மண்ணில் விழுந்து பாக்டீரிய இழைகளாக மாறிவிடுகின்றன.

ஓசோனும் காரணம்

அதேபோல மழை வருவதற்கு முன்பாகவும் ஒரு வாசனை வரும். அது ஓசோனின் வாசனை. இடி மின்னலுடன் மழை வரும்போது இயற்கையாக உருவாகும் மின்சாரம் காற்றிலுள்ள ஆக்சிஜன், நைட்ரஜன் மூலக்கூறுகளைப் பிரிக்கிறது. அவை வேதிவினை புரிந்து நைட்ரிக் ஆக்சைடை உருவாக்குகின்றன. இது வளிமண்டலத்தில் உள்ள மற்ற வேதிப்பொருட்களுடன் இணைந்து ஓசோன் வாயுவை உருவாக்குகிறது.

ஒரு பகுதியை நோக்கி வரும் புயல் மேகங்கள், இந்த ஓசோன் வாயுவைச் சுமந்துவருகின்றன. அது நமது நாசியை அடைவதால் மழை வருவதை முன்கூட்டியே உணர்ந்துகொள்ள முடிகிறது.

பண்டைக்காலத்தில் மழைதான் உலகுக்கு வளம் தரும் ஒரே ஆதாரமாக இருந்தது. அதனால், நமது மூதாதையர்களுக்கு மழை ரொம்ப பிடித்த ஒன்றாக இருந்தது. அந்த அம்சம் மரபணுக்கள் வழியாகக் கடத்தப்பட்டு, நமக்கும் மண்வாசனை பிடித்தமான ஒன்றாக மாறிவிட்டது.

30

வெப்பம் உமிழாத ஒளி
உலகில் உண்டா?

கதிரவனின் ஒளிக்கதிர்கள் நம்மை வந்து தொடும்போது நம் தோலில் சூடு உறைக்கிறது. அதேபோல மஞ்சள் ஒளியை உமிழும் குண்டு பல்பின் கண்ணாடிக் கூடு அருகே கையை வைத்துப் பார்த்தாலும் வெப்பமாக இருப்பதை உணரலாம். வெளிச்சம் தரும் தீவட்டியும் வெப்பத்தை வெளியிடுகிறது.

இப்படியாக ஒளி தரும் ஆதாரங்கள் வெப்பத்தை உமிழ்கின்றன. ஒளியைத் தருபவை அனைத்துமே வெப்பத்தையும் வெளியிடுகின்றன. அப்படியென்றால் இந்த உலகில் வெப்பத்தை உமிழாத ஒளி தரும் ஆதாரங்கள் எதுவுமில்லையா?

உயிருள்ள ஒளி

இருக்கின்றன. மின்மினிப் பூச்சி, தூண்டில் மீன் (*Angler Fish*), சில வகை சொறி மீன் (*Jelly fish*) போன்றவை வெப்பம் உமிழாத ஒளியை (*luminescence*) வெளியிடுகின்றன. இவை அனைத்துமே உயிருள்ளவை.

பொதுவாகக் குறுகிய அலைவரிசை, அகச்சிவப்பு மண்டலத்தில் உள்ள ஒளிக்கற்றைகள் வெப்பத்தை உமிழக்கூடியவை. அதற்கு மாறாக மனிதப் பார்வையில் தென்படக்கூடிய அலைவரிசை மண்டலத்துக்குள் உள்ள போட்டான் அடிப்படைத் துகள்களை உற்பத்திசெய்வதன் மூலம் மேற்கண்ட உயிரினங்கள் ஒளியை உருவாக்குகின்றன.

மேற்கண்ட உயிரினங்களைப் போலவே சில வேதிவினைகளும் வெப்பத்தை உமிழாமல் வெளிச்சத்தை உருவாக்குகின்றன. எடுத்துக்காட்டாகத் திறந்தவெளிக் காற்றில் வைக்கப்படும் பாஸ்பரஸ், புற ஊதாக் கதிர்களைக் கிரகித்துக்கொண்டு குளிர்ச்சியான வெளிச்சத்தை வெளியிடுகிறது. இந்த வினைக்குப் பெயர் 'பாஸ்போர்ஸ்'.

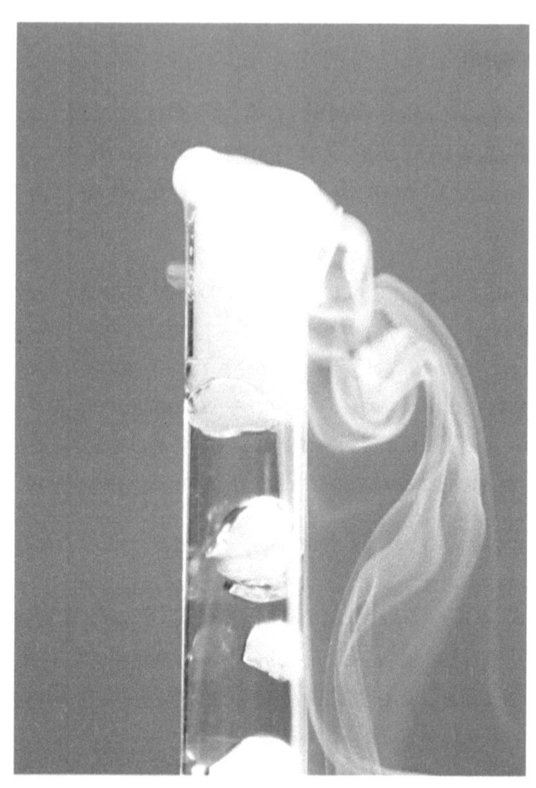

31

வாயுக்கள் ஏன் நிறமற்று இருக்கின்றன?

உலகிலுள்ள பொருட்கள் திடம், திரவம், வாயு, பிளாஸ்மா ஆகிய நான்கு நிலைகளில் காணப்படுகின்றன. மற்ற நிலைகளில் உள்ள பொருட்கள் ஏதாவது ஒரு நிறத்தைப் பெற்றிருக்கும்போது, ஏன் பெரும்பாலான வாயுக்கள் மட்டும் நிறமற்று இருக்கின்றன?

ஒளியை கிரகித்துக்கொள்பவை

பார்ப்பதற்கு நிறமற்றது போலத் தெரிந்தாலும், உண்மையில் வாயுக்கள் நிறமற்றவை அல்ல. பல வாயுக்கள் பிரகாசமான நிறத்தைக்கொண்டிருக்கின்றன. எடுத்துக்காட்டாக, நைட்ரஜன் டைஆக்சைடு (சிரிப்பூட்டும் வாயுவான நைட்ரஸ் ஆக்சைடு அல்ல) பழுப்பும் ஆரஞ்சும் கலந்த நிறத்தைக் கொண்டது. நீரைத் தூய்மைப்படுத்துவதற்குப் பயன்படும் குளோரின் - வாயு நிலையில் பசுமஞ்சள் நிறத்தையும், ஐயோடின் வாயு கத்தரிப்பூ நிறத்தையும் கொண்டிருக்கின்றன.

வளிமண்டலத்தில் நிறைந்திருக்கக்கூடிய - நாம் சுவாசித்து வெளிவிடக்கூடிய ஆக்சிஜன், கரியமில வாயு, நீராவி போன்றவை ஒளியை கிரகித்துக்கொள்கின்றன. பொதுவாக குறிப்பிட்ட அலைநீளமுள்ள ஒளிக்கற்றைகள் கிரகிக்கப்பட்டு, கிரகிக்கப்படாத அலைநீளம் கொண்ட ஒளிக்கற்றைகளே நிறமாக நம் கண்களுக்குத் தெரிகின்றன. ஆனால் ஆக்சிஜன், கரியமில வாயு, நீராவி போன்றவை கிரகிக்கும் ஒளிக்கற்றைகள் புறஊதா, அகச்சிவப்புக் கதிர்களின் அலைநீளங்களுக்குள் இருப்பதால், அந்த நிறங்கள் எதுவும் நமக்குத் தெரிவதில்லை.

கண்களுக்குத் தெரியாத ஒளிக்கற்றை

பொதுவாகவே புறஊதா, அகச்சிவப்புக் கதிர்களை வெறும் கண்ணால் பார்க்க முடியாது. அந்த அலைநீளத்துக்குள் உள்ள ஒளிக்கற்றைகள் நமக்குத் தெரிவதில்லை. ஆக்சிஜனும் தண்ணீரும் கிரகிக்கக்கூடிய ஒளிக்கற்றைகள், பொதுவாக மற்ற வேதிப்பொருட்களால் அதிகம் கிரகிக்கப்படுவது இல்லை. விஷயம் என்னவென்றால் நம்மால் பார்க்க முடிந்த ஒளிக்கற்றைகளின் அளவு குறிப்பிட்ட எல்லைக்கு உட்பட்டதுதான்.

எப்படி வெளவால், ஓங்கில், யானை போன்றவை எழுப்பும் மீயொலி அலைகளை நம் காதுகளால் உணர முடிவதில்லையோ, அதுபோல குறிப்பிட்ட அலைநீளம் கொண்ட சில ஒளிக்கற்றைகள் நம் கண்களுக்குத் தெரிவதில்லை. எனவே, வாயுக்கள் நிறமற்றவை என்பது உண்மையல்ல, வாயுக்கள் நிறம் கொண்டவைதான். அதேநேரம், வளிமண்டலத்தில் உள்ள வாயுக்கள் நமக்குப் புலப்படும் நிறங்களைக் கொண்டிருக்கவில்லை என்பதுதான் உண்மை.

32

வெப்பத்தால் விரிவடையாத தனிமம் உண்டா?

மே மாத வெயிலுக்குச் சாலையில் போடப்பட்டிருக்கும் தாரே உருகிவிடும் என்று சொல்லப்படுவது உண்டு. அந்தக் கடுமையான வெப்பநிலையிலும் விரிவடையாத வேதித் தனிமங்கள் ஏதாவது இருக்கின்றனவா?

விரிவடையும் தண்ணீர்

பொதுவாகப் பெரும்பாலான பொருட்கள் வெப்பத்தால் விரிவடைகின்றன. மிகச் சிறந்த, எளிய எடுத்துக்காட்டு தண்ணீர். பாத்திரத்தில் சூடுபடுத்த வைக்கும் தண்ணீரின் எல்லைக்கோட்டையும், அது தளதளவென்று முட்டை விட்டுக் கொப்பளித்த பின்னர் இருக்கும் எல்லைக்கோட்டையும் ஒப்பிட்டுப் பாருங்கள். தண்ணீர் விரிவடைந்திருப்பதை அறியலாம். புவி

வெப்பமாதலால் நீர் சூடேறி கடல் நீர்மட்டம் அதிகரிப்பது விரிவடைவதால்தான்.

குளிர வைத்தால்...

தண்ணீரைப் போலவே எல்லாப் பொருட்களும் வெப்பத்தால் விரிவடையும் என்று பொதுவாக நம்புகிறோம். ஆனால், கணினி சிப்களைத் தயாரிக்கப் பயன்படும் சிலிக்கானும் ஜெர்மானியமும் மிகவும் தாழ்ந்த வெப்பநிலைகளில், அதாவது குளிரவைக்கும் நிலையில்தான் விரிவடைகின்றன. இது ஒரு ஆச்சரியமான விளைவு. இதற்கு எதிர் வெப்ப விரிவு *(negative thermal expansion)* என்று பெயர். சில கார்பன் பொருட்கள், சில வகைக் கண்ணாடிப் பொருட்கள், சில அலோகங்களிலும் இதேபோல நடக்கிறது.

*2003-*ல் அமெரிக்காவில் உள்ள மிச்சிகன் பல்கலைக்கழக ஆய்வாளர்கள், இதுபோலக் குளிர்வித்தால் விரிவடையும் தனிமங்களை, வெப்பப்படுத்தினால் விரிவடையும் தனிமங்களுடன் கலந்து பரிசோதனைகளை மேற்கொண்டார்கள். இதன் விளைவாகக் கிடைக்கும் பொருட்கள் சட்டென்று வெப்பப்படுத்தினாலோ குளிர்வித்தாலோ உடைந்து போகாமல் இருக்குமல்லவா, அதற்கு உதவத்தான் இந்த ஆராய்ச்சி.

தட்பவெப்பநிலை

33

வெயில் ஏன் சோர்வடைய வைக்கிறது?

மனிதர்கள் வெப்ப ரத்தப் பிராணிகள். அதனால் நம்முடைய உடல் எப்போதும் 37 டிகிரி செல்சியஸ் வெப்பநிலையில் இருக்கும். பாம்பு, தவளை போன்ற குளிர் ரத்தப் பிராணிகளின் உடல் வெப்பநிலை, சூரியன் இருக்கும்போது வெப்பமாகவும் சூரியன் மறைந்த பிறகு குளிராகவும் மாறிவிடும்.

தண்ணீர் வறட்சி

வெயிலில் நாம் வெளியே செல்லும்போது நம்முடைய உடல் வெப்பத்தைப் பெறும். அதேநேரம் அதிக வெப்பமடைந்துவிடவும் கூடாது. அப்படி அதிக வெப்பமடைந்தால், வெப்ப மயக்கம் *(Heat Stroke)* போன்ற பிரச்சினைகள் உடலைக் கடுமையாகப்

பாதிக்கலாம். வெயிலில் மட்டுமல்லாமல் கடுமையாக உழைக்கும்போதும் உடல் வெப்பமடையும்.

இப்படி அதிக வெப்பமடைவதைத் தடுப்பதற்கு, வியர்வையை வெளியேற்றி உடல் தன்னையே குளுமைப்படுத்தித் தற்காத்துக்கொள்கிறது. அதிகமாக வியர்த்த பிறகு, போதிய அளவு தண்ணீர் குடிக்கவில்லை என்றால், ஒரு புள்ளியில் உடலில் உள்ள தண்ணீர் பெருமளவு வற்றிப்போய் உடலின் உள்ளுறுப்புகளும் வறண்டுவிடும். இதனால்தான் சோர்வும் மந்தமும் ஏற்படுகிறது. அப்போது சாதாரண வேலையைச் செய்யவும், நடக்கவும், கையைத் தூக்கவும்கூட மிகவும் கஷ்டமாக இருக்கும்.

உள்ளே ஒரு கடிகாரம்

வெப்பம் மட்டுமில்லாமல், குளிரும் மனிதர்களைச் சோர்வுறச் செய்யும். நாம் வெப்பரத்தப் பிராணியாக இருப்பதால்தான், இதுவும் நடக்கிறது. குளிர்காலத்தில் இயல்பான வெப்பநிலையைப் பராமரிப்பதற்கு உடல் நிறைய ஆற்றலைச் செலவழிக்கும். உடல் நடுக்கம், பற்கள் கிட்டிப்பதுகூட, குளிரிலிருந்து தற்காத்துக்கொள்வதற்கான ஆற்றலை உடல் செலவழிக்கும் ஒரு வழிமுறைதான்.

அப்புறம் சூரியன் நம் உடலைச் சோர்வடைய மட்டுமே வைக்கிறது என்று நினைப்பதும், தவறான நம்பிக்கை. நமது உடலுக்குள் *Circadian rhythm* என்றொரு கடிகாரம் கண்ணுக்குத் தெரியாமல் செயல்பட்டுக்கொண்டிருக்கிறது. இந்தக் கடிகாரத்தை இயக்குவது சூரியனே. காலை ஆனவுடன் எழுந்திருக்க வேண்டும் என்ற தூண்டுதலைத் தருவதும், மாலை ஆனவுடன் தூங்க வேண்டும் என்ற உணர்வை ஏற்படுத்துவதும் இந்தக் கடிகாரம்தான். இந்தக் கடிகாரத்தின் பேச்சைக் கேட்டு நடந்தாலே, நம் உடலில் பாதிச் செயல்பாடுகள் ஒழுங்காக நடக்கும். ஆனால், நாம் கேட்கிறோமா என்ன?

34

இளம்வெயில் உற்சாகம் தருவது ஏன்?

என்னதான் கோடை வெயில் நம் உடலை வாட்டியெடுத்தாலும், காலை இளம்வெயில் நமக்குப் பிடித்தமானதாகவே இருக்கிறது. அதற்குக் காரணம் என்ன?

நமது மூளையையும் நரம்பு மண்டலத்தையும் சமநிலைப்படுத்தும் காரணிகளே நம்முடைய மனநிலையைத் தீர்மானிக்கின்றன, நல்லபடியாக உணரச் செய்கின்றன அல்லது பருவகாலத் தாக்கக் குறைபாடு (Seasonal Affective Disorder - SAD) ஏற்படவும் காரணமாக இருக்கின்றன.

நமது மூளையில் உள்ள பீனியல் சுரப்பி, மெலடோனின் என்ற இயக்குநீரைச் (hormone) சுரக்கிறது. இந்த இயக்குநீரே தூக்கம், விழிப்புச் சுழற்சியை நம் உடலில் முறைப்படுத்துகிறது.

இந்த இயக்குநீர் அதிகமாகச் சுரந்துவிட்டால், மன அழுத்தம் ஏற்படலாம். இளம் வெயில் நம் மனதுக்கு மகிழ்ச்சியளிப்பதற்கு இந்த இயக்குநீர் சுரப்பு குறைக்கப்படுவதே காரணம். வெயிலைக் கண்டால் இந்த இயக்குநீர் சுரப்பு குறைவது ஏன்?

இரவில் தூங்கும்போது மெலடோனின் சுரக்கிறது. இருள் மறைந்து நமது முகத்தில் வெளிச்சம் பட ஆரம்பிக்கும்போது மெலடோனின் சுரப்பு கட்டுப்படுத்தப்படுவதால், நமது மனநிலை உற்சாகமடைகிறது. அதேநேரம் இரவில் நடமாடும் பெரும்பாலான பாலூட்டிகளுக்கு மெலடோனின் அதிகம் சுரந்தாலும், எப்போதுமே அவை மன அழுத்தத்துடன் இருப்பதில்லை.

இருந்தபோதும், எப்போதுமே இருட்டைவிட வெளிச்சத்தை விரும்பும் வகையிலேயே நாம் பரிணாம வளர்ச்சி அடைந்திருக்கிறோம். அதற்குக் காரணம், மனிதர்களான நாம் பகலில் சுறுசுறுப்பாகச் செயல்படுபவர்களாக இருப்பதுதான்.

35

கண்ணாடி வழி வரும் வெயில் வீட்டை எரிக்குமா?

பொதுவாகச் சுட்டெரிக்கும் வெயிலின்போது உருப்பெருக்கிக் கண்ணாடிக்குக் கீழே மெல்லிய காகிதத்தை வைத்தால், சற்று நேரத்துக்குப் பிறகு அது எரிவதைக் காணலாம். இதேபோல வீட்டு ஜன்னல்களில் பொருத்தப்பட்டுள்ள கண்ணாடி வழியாக ஊடுருவும் சூரியக் கதிர்வீச்சு தீயை உருவாக்குமா?

கேட்பதற்கு நம்ப முடியாதது போலத் தோன்றினாலும், கோட்பாட்டு அளவில் கண்ணாடி குவி ஆடியாக இருக்கும்போது சூரியக் கதிர்வீச்சு தீவிபத்தை ஏற்படுத்த சாத்தியமிருக்கிறது. தடித்த கண்ணாடியால் ஆன மீன் தொட்டிகள், ஜாம் பாட்டில்கள், ஏன் கண்ணாடிக் கதவுகளின் பிடியில் உள்ள தடித்த கண்ணாடிக் குமிழ்கள் சூரிய ஒளியை ஓரிடத்தில் குவிக்கலாம். இதனால் எரியக்கூடிய பொருட்களில் தீயற்ற புகை உருவாக ஆரம்பிக்கும். பிறகு தீப்பிடிக்கவும் செய்யலாம்.

சாத்தியம் உண்டு

இப்படி நடப்பதற்குக் காரணம் என்னவென்றால், பூமியின் ஒவ்வொரு சதுர மீட்டரிலும் சூரியக் கதிர்வீச்சு தொடர்ச்சியாக வெப்ப ஆற்றலை உமிழ்ந்துகொண்டே இருக்கிறது. இந்த வெப்பக் கதிர்வீச்சு காகிதம், மரம் அல்லது எரியக்கூடிய பொருட்களில் தீ மூட்டப் போதுமானதில்லை. அதேநேரம் இந்த வெப்பக் கதிர்வீச்சு குறிப்பிட்ட ஒரு பகுதியில் தொடர்ச்சியாகக் குவிமையப்படுத்தப்படும்போது, எரிவதற்கான புள்ளியைத் தொட்டுவிடும் சாத்தியம் உண்டு.

உருப்பெருக்கிக் கண்ணாடிகள் இதையே திறன் மிகுந்த வகையில் செய்கின்றன. சிதறும் ஒளியை ஒரு புள்ளியில் குவிப்பதன் மூலம் தீயை உருவாக்குகின்றன. அதேநேரம் உருப்பெருக்கி அல்லாத வேறு கண்ணாடித் துண்டுகளும் சில நேரம் இதேபோன்று செயல்படலாம். ஒரு பகுதியில் சூரியக் கதிர்வீச்சு குவிக்கப்படுவது ஆபத்தை உருவாக்குவதற்குக் கோட்பாட்டு அளவில் சாத்தியம் உண்டு.

36

மலையுச்சி ஏன்
வெப்பமாக இல்லை?

மலையுச்சிகளுக்குப் போகும்போது சூரியனுக்கு சற்று நெருக்கமாவும் நாம் செல்கிறோம். ஆனால், வெப்பம் அதிகரிப்பதற்கு பதிலாக, குளிர் அதிகரிக்கிறதே. இதற்குக் காரணம் என்ன?

பூமிக்கும் சூரியனுக்கும் இடையிலுள்ள இடைவெளி 15 கோடி கி.மீ. அப்படிப் பார்த்தால் எவரெஸ்ட் உச்சியில் நாம் ஏறி நின்றாலும் இந்த 15 கோடி கிலோ மீட்டர் இடைவெளில் வெறும் 9 கி.மீ. மட்டுமே குறைந்திருக்கும். எனவே, சூரியனுக்கும் பூமிக்கும் இடையிலான இடைவெளியில் எந்த முக்கியமான மாற்றமும் இருக்காது.

காரணம் வேறு

மலையுச்சிகளில் நாம் ஏற ஏற, தட்பவெப்பநிலை மாறுவதற்கு முதன்மைக் காரணம் வளிமண்டல அழுத்தம் குறைந்துகொண்டே

போவதுதான். வளிமண்டல அழுத்தம் குறையக் குறைய வெப்பநிலையும் குறைந்துகொண்டே வரும். இப்படிக் குறையும் விகிதம் நாம் எதிர்பார்ப்பதைவிட மிக அதிகம். ஒவ்வொரு 100 மீட்டர் மேலே ஏறினால் 1 டிகிரி செல்சியஸ் வெப்பநிலை சட்டென்று குறைந்துவிடுகிறது.

வளிமண்டல அழுத்தக் குறைவு என்பது வேறொன்றுமில்லை. காற்று மூலக்கூறுகளின் அளவு குறைந்துகொண்டே போவதுதான். அதனால்தான் மலையுச்சிகளுக்குப் போகும்போது மக்கள் சுவாசிக்கக் கஷ்டப்படுகிறார்கள்.

எப்படி சமாளிக்கிறார்கள்?

வளிமண்டலத்தில் டிராபோபாஸ் (Tropopause) எனப்படும் பகுதி இருக்கிறது. இதுவே டிராபோஸ்பியர், ஸ்டிராட்டோஸ்பியர் ஆகிய வளிமண்டல அடுக்குகளுக்கு இடையிலான எல்லைப் பகுதி. பூமியிலிருந்து 12 கி.மீக்கு மேல் உள்ள இந்தப் பகுதியில், மிக மிகக் குறைந்த அளவே வளிமண்டலம் இருக்கிறது. இந்த இடங்களில் எஞ்சியிருக்கும் வளிமண்டலத்தின் அளவு வெறும் 10 சதவீதம்தான். அதனால் இந்த இடங்களில் காற்றழுத்தம் மிகக் கடுமையாகக் குறைந்துவிடுகிறது. அதனால் வெப்பநிலையும் பேரளவு குறைகிறது. எவ்வளவு என்றால், மைனஸ் 55 டிகிரி செல்சியஸ்வரை.

அப்படியானால், இந்த உயரத்தில் ஆயிரக்கணக்கான மக்கள் தினசரி விமானத்தில் பயணிக்கிறார்களே, அவர்களுக்கு என்ன ஆகும்? நவீனத் தொழில்நுட்ப உதவி காரணமாக அவர்களுக்கு ஒன்றும் ஆவதில்லை. விமான எஞ்சின்களில் காற்றழுத்தத்தை உருவாக்கும் இயந்திரம் வெளியிடும் காற்று, எரிபொருளுடன் கலப்பதற்கு முன்னதாக பயணிகளையும் விமானப் பணியாளர்களையும் சுற்றியுள்ள காற்றை வெப்பப்படுத்துவதற்குப் பயன்படுத்தப்படுகிறது. இந்த வெப்பக் காற்று, விமானச் சுவர்களிடையே உருவாக்கப்பட்டுள்ள வெப்பக் கடத்தும் திறன் தடுப்பு, மனித உடல் வெளியிடும் வெப்பம் ஆகியவற்றின் மூலம் விமானத்துக்குள் மனிதர்களுக்கு உகந்த வெப்பநிலை பராமரிக்கப்படுகிறது.

விண்வெளி

37

விண்வெளியில் இயல்பாகச் சிந்திக்க முடியுமா?

விண்வெளி வீரர்கள் விண்வெளியில் பயணிக்கும்போது நம்மைப் போலவே இயல்பாகச் சிந்திக்க முடியுமா, செயல்பட முடியுமா?

விண்வெளிப் பயணம் என்பது நிச்சயமாகக் குழப்பத்தை ஏற்படுத்தக்கூடிய ஒன்றுதான். ஏனென்றால், பூமியில் நிலவும் புவியீர்ப்பு விசை விண்வெளியில் இருக்காது. நம்முடைய உள்காதில் உள்ள புலனுணர்வு அமைப்பு, புவியீர்ப்பை அடிப்படையாகக்கொண்டு நம்முடைய உடலைச் சமநிலையில் வைத்திருக்கிறது. இந்த அமைப்பு விண்வெளியில் செயல்படாது.

அதன் காரணமாக விண்கலங்களுக்குள் எது நேராக இருக்கிறது, எது தலைகீழாக இருக்கிறது என்பதை மூளையால் உணர்ந்துகொள்ள முடியாமல் போகும். தனக்கும் ஒரு பொருளுக்கும் இடையே உள்ள தொலைவைக் கணிக்கும் திறன் விண்வெளி வீரர்களிடம் பாதிக்கப்படும். ஒரு பொருளின் முப்பரிமாண வடிவத்தை மூளை உணர்ந்துகொள்ளும் திறனும் பாதிக்கப்படும். விசித்திரமான புலனுணர்வு அனுபவங்களும் ஏற்படும்.

எதுவும் நிலையில்லை

எப்படியென்றால், தன்னைச் சுற்றியுள்ள எல்லாமே திடீரென்று தலைகீழாகக் கவிழ்ந்துவிட்டதைப் போன்ற பிரமை ஏற்படும். சில நேரம், தாங்களே தலைகீழாகத் தொங்குவது போன்ற எண்ணமும் எட்டி பார்க்கும். இதனால் ஏற்படும் அதீத அயர்ச்சியுடன், விண்கலம் இயங்குவதால் உருவாகும் தொடர்ச்சியான ஓசை, தனிமை, ஒரு சிறிய அறைக்குள் மாட்டிக்கொண்டு வெளியே வர முடியாத தன்மையால் ஏற்படும் அச்சம் (*Claustrophobia*) எனப் பல்வேறு அம்சங்கள் விண்வெளி வீரர் / வீராங்கனைகளைக் குழப்பத்தில் ஆழ்த்திவிடும்.

நம்மைப்போல் இயல்பாகச் சிந்திப்பது, நிச்சயம் அவர்களுக்குக் கடினமாகவே இருக்கும். அதன் காரணமாகவே, விண்வெளி வீரர்-வீராங்கனைகள் விண்வெளிப் பித்து அல்லது விண்வெளி மந்தநிலையால் பாதிக்கப்படுவதாக நிபுணர்கள் சொல்கிறார்கள்.

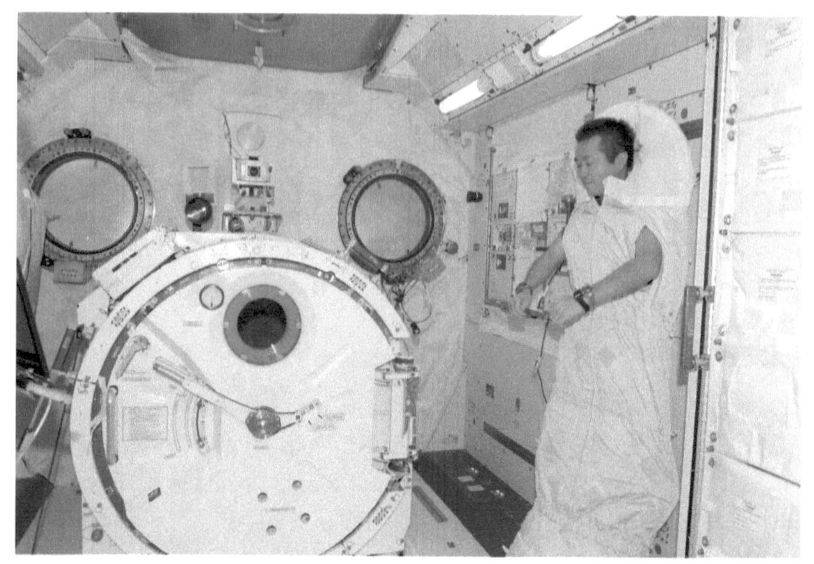

38

விண்வெளியில் எப்படித் தூங்குவார்கள்?

வி ண்வெளியில் புவியீர்ப்பு விசை சுத்தமாக இருக்காது. இதனால் விண்வெளி வீரர்-வீராங்கனைகளால் நிற்கவோ நடக்கவோ முடியாது. கிங்கரர்களைப்போல எப்போதுமே காற்றில் மிதக்கவே செய்வார்கள். நம் பண்டைக் கால ஓவியர்கள், சிற்பிகளுக்கு இந்த விஷயம் அப்போதே தெரிந்திருக்குமோ என்னவோ. அதனால்தான் ஓவியங்களிலும் சிற்பங்களிலும் தேவதூதர்கள், கிங்கரர்கள் எப்போதும் மிதந்துகொண்டே இருக்கிறார்கள் போலும்.

சர்வதேச விண்வெளி நிலையத்திலும் விண்கலங்களிலும் ஈர்ப்பு விசை சுத்தமாக இருக்காது (Microgravity). இதனால் அங்கே வாழும் விண்வெளி வீரர்-வீராங்கனைகள் தூங்க வேண்டுமென

நினைத்தால், உறங்கும் பைகளில் (Sleeping bag) உள்ளே நுழைந்து, தங்களைத் தாங்களே கட்டிப் போட்டுக்கொள்ள வேண்டும். இல்லையென்றால், தூக்கத்திலும் அவர்கள் அலைபாய்ந்து கொண்டே இருப்பார்கள். அது மட்டுமில்லாமல் பூமியில் உறங்குவதைப் போல, விண்வெளியில் தொந்தரவுக்கு ஆளாகாமல் தொடர்ச்சியாக உறங்குவது சாத்தியமில்லை.

இதற்கு ஈர்ப்பு விசை இல்லாமல் இருப்பது முதன்மைக் காரணமாக இருக்கலாம். அல்லது எப்போதும் கேட்டுக் கொண்டிருக்கும் இயந்திரங்களின் ஓசை, மனம் கிளர்ச்சியடைந்த நிலை, மன அழுத்தம், விண்வெளி சார்ந்த குழப்பம் (Space lag) போன்றவை காரணமாக இருக்கலாம்.

ஏனென்றால், சர்வதேச விண்வெளி நிலையத்தில் ஒவ்வொரு நாளும் 15 சூரிய உதயம், 15 சூரிய மறைவு நிகழும். விண்ணில் அதிகபட்சமாக ஆறு மணி நேரம்தான் ஒருவரால் தூங்க முடிந்திருக்கிறது. அதேநேரம் இந்தத் தூக்கமே ஒருவருடைய உடல்நிலைக்குப் போதும் என்கிறார்கள் விஞ்ஞானிகள். ஏனென்றால், ஈர்ப்பு விசை இல்லாமல் இருப்பதால் உடல் அதிகக் களைப்பை உணர்வதில்லை.

89

விண்வெளி உடைகள் ஏன் மாறுவதில்லை?

நீல் ஆர்ம்ஸ்டிராங் நிலவில் கால் பதித்த காலத்திலிருந்து விண்வெளி உடைகள் மிகப் பெரிய அளவில் மாறியதுபோலத் தெரியவில்லையே என்ற சந்தேகம் நம்மிடையே எழலாம். உண்மையில் விண்வெளி உடைகள் பார்ப்பதற்கு ஒரே தோற்றத்தில் இருந்தாலும், கடந்த 50 ஆண்டுகளில் மிகப் பெரிய அளவில் உருமாற்றம் அடைந்துள்ளன. ஆரம்பக் கால விண்வெளி உடைகள், விமானிகளுடைய உடையின் இறுக்கமான வடிவமாகவே இருந்தன.

விக்கித்துப்போன வீரர்

ரஷ்ய விண்வெளி வீரர் அலெக்ஸி லியநோவ், 1965-ல் 'வாஸ்கோட் 2' விண்கலத்தில் சென்று விண்வெளியில் முதலில் நடந்த பெருமையைப் பெற்றவர். முதல் விண்வெளி நடையின்போது, அவர் மிகவும் திணறிப்போனார். உடையின் உள்ளே ஏற்பட்ட கடுமையான அழுத்தத்தால் அவருடைய

விண்வெளி உடை ஊதிப் பெருக ஆரம்பித்தபோது, அவரால் நகரக்கூட முடியவில்லை. என்ன செய்வது என்று புரியாமல் லியநோவ் விக்கித்துப் போய்விட்டார். விண்வெளியில் ஏற்பட்ட கடுமையான அழுத்தமே இந்தப் பிரச்சினைக்குக் காரணம்.

அதற்குப் பிறகு அப்பல்லோ விண்கலத் திட்டங்களுக்கு உருவாக்கப்பட்ட 'ஏ7எல்' விண் உடைகள், இந்தப் பிரச்சினைகளைத் தீர்ப்பதற்கு அழுத்தச் சமநிலையைப் பாதுகாக்கும் வகையில் விரிவடைவதற்கான இணைப்புகளையும் கொண்டிருந்தன. அத்துடன் காற்றை மறுசுழற்சி செய்யும் அமைப்பும், உடையிலேயே பொருத்தப்பட்டிருந்தது. உடைக்குள் 100 மில்லி லிட்டர் குளிர்ந்த நீரும் சுழன்றுகொண்டே இருக்கும்.

இனி உடலை மடக்கலாம்

ஒவ்வொரு விண்வெளி வீரருக்கும் விண்வெளி உடை பிரத்யேகமாகவே தயாரிக்கப்படும். ஏனென்றால், ஒவ்வொருவரின் உடல் அமைப்பும் மாறுபடும் இல்லையா? அத்துடன் ஒவ்வொருவருக்கும் பயிற்சிக்கு ஒன்று, விண்வெளி பயணத்தின்போது ஒன்று, மாற்று உடை என மூன்று விண்வெளி உடைகள் தயாரிக்கப்படும்.

விண்வெளி உடை ஒன்றின் சராசரி விலை, மூன்று கோடி ரூபாய். ஈர்ப்பு விசை இல்லாத விண்வெளியில் பயன்படுத்த உருவாக்கப்பட்ட உடைகள் என்பதால், புவியில் அவற்றின் எடை மிக அதிகமாகவே இருக்கும்.

செவ்வாய் கிரகத்துக்குச் செல்வதற்காக அமெரிக்க விண்வெளி நிறுவனமான நாசா தற்போது 'இசட்' வரிசை உடைகளை தயாரித்து வருகிறது. இந்த உடைகளின் இணைப்புகளில் டைட்டானியம் பால்பேரிங் உருளைகள் பொருத்தப்படுகின்றன.

இவை அதிகபட்ச நெகிழ்வுத்தன்மையைத் தரக்கூடியவை. இதற்கு முந்தைய விண்வெளி உடைகளை அணிந்த ஒருவர், தன் உடலை மடக்கிக் கால் கட்டை விரலைத் தொடுவது சாத்தியமில்லாமல் இருந்துவந்தது. முதன்முறையாக இந்த உடைகள் அதைச் சாத்தியப்படுத்தும் அளவு நெகிழ்வுத் தன்மையைக் கொண்டிருக்கப் போகின்றன. அத்துடன் அழுத்தத்தைச் சமநிலைப்படுத்துவதற்குத் தேவையான காற்றை வெளியேற்றும் திறப்பும், இந்த உடையில் இருக்கும்.

புத்தகங்கள்

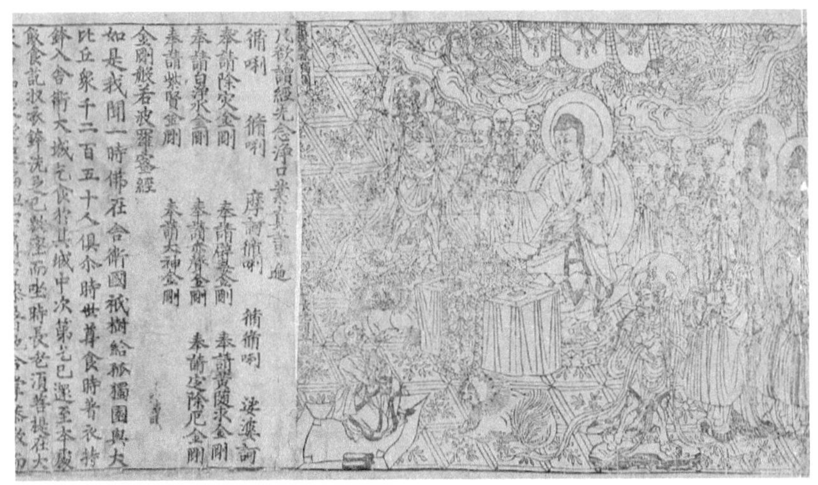

40

முதல் அச்சுப் புத்தகம் கூட்டன்பர்க் பதிப்பித்ததா?

இன்று நாம் பயன்படுத்திக் கொண்டிருக்கும் அச்சுப் புத்தகங்கள் உருவாகக் காரணமாக இருந்தவர், 'அச்சியலின் தந்தை' என்று கருதப்படுபவரும் ஜெர்மனியைச் சேர்ந்தவருமான யோகான்னஸ் கூட்டன்பர்க் என்பது பொதுவான நம்பிக்கை. அது பெருமளவு உண்மையும்கூட. ஆனால், 1454-ல் அவர் அச்சிட்டப் 'பைபிள்'தான் உலகின் முதல் அச்சுப் புத்தகமா என்று கேட்டால், இல்லை என்பதுதான் பதில்.

அவர் பயன்படுத்திய நகரக்கூடிய அச்சு எழுத்துருக்களுக்குப் (Movable type) பதிலாக, மர அச்சுகளைப் பயன்படுத்தி பௌத்தப் புனித நூல்களைக் காகிதச் சுருள்களில் கைகளாலேயே சீனர்கள் அச்சிட்டுள்ளார்கள். இது கி.பி. 627-647 காலத்தில் நடைபெற்றதாகச் சீன எழுத்தாளர் ஃபென்ஷி குறிப்பிட்டுள்ளார். மர அச்சில் ஒவ்வொரு எழுத்து-வாக்கியத்தையும் கைகளால் செதுக்க வேண்டும்.

முதல் அச்சு நூல்

இப்பொழுதும் அழியாமல் உள்ள ஆரம்பகால அச்சுப் புத்தகம் பெளத்த மதத்தின் 'டைமண்ட் சூத்ரா'. இந்த நூல் அச்சிடப்பட்ட நாள் கி.பி. 868 மே 11. கூட்டன்பர்க்கின் பைபிள் அச்சிடப்படுவதற்குக் கிட்டத்தட்ட 586 ஆண்டுகளுக்கு முன்பு இது நடந்திருக்கிறது. இந்த நூலின் ஒரு பிரதி பிரிட்டிஷ் நூலகத்தில் பாதுகாக்கப்படுகிறது. 'டைமண்ட் சூத்ரா' நூலின் முகப்பில் அச்சிடப்பட்ட ஓவியம்தான், உலகிலேயே அச்சிடப்பட்ட முதல் ஓவியம் - அட்டைப்படம் என்பது குறிப்பிடத்தக்கது.

இந்தப் புத்தகத்தைப் பதிப்பிக்க நிதியுதவிசெய்தவர் வாங் சியே. அவருடைய பெற்றோரின் நினைவாக இலவசமாக விநியோகிப்பதற்காக இந்த நூலை அவர் அச்சிட்டுள்ளார். சீனாவின் கான்சு மாகாணத்தின் டன்ஹூவாங் குகையில் 'டைமண்ட் சூத்ரா' அச்சுப் புத்தகம் 1899-ல் கண்டெடுக்கப்பட்டது.

அச்சு இயந்திரப் பிதாமகன்

மர அச்சுகளுக்குப் பதிலாக, கூட்டன்பர்க்குக்கு முன்னாலேயே நகரக்கூடிய உலோக எழுத்துருக்களைப் பயன்படுத்தியும் சீனர்கள் புத்தகங்களை அச்சிட்டிருக்கிறார்கள். சீனாவின் முக்கிய அறிவியல் கண்டுபிடிப்புகளில் அச்சு இயந்திரமும் ஒன்று. ஆனால், துரதிருஷ்டவசமாகச் சீனர்கள் அந்த முறையைத் தொடர்ந்து பயன்படுத்தவில்லை.

கூட்டன்பர்க் பைபிளுக்கு 78 ஆண்டுகளுக்கு முன்னால் 1377-ல் உலோக எழுத்துருவால் அச்சிடப்பட்ட 'ஜிக்ஜியா' பெளத்தக் கொள்கை விளக்கப் புத்தகம் கொரியாவில் அச்சிடப்பட்டுள்ள தற்கான ஆதாரமும் கிடைத்துள்ளது. எப்படிப் பார்த்தாலும் முதல் அச்சுப் புத்தகத்தை அச்சிட்டவர் கூட்டன்பர்க் இல்லை என்பது தெளிவு. அதேநேரம் நவீன அச்சு இயந்திரத்தின் பிதாமகனாக அவரைக் கருதலாம்.

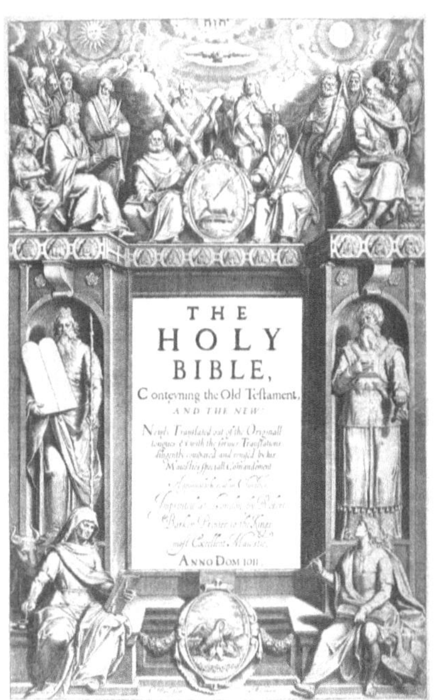

41

உலகில் அதிகம் விற்ற புத்தகம் பைபிள் மட்டுமா?

உலகில் அதிகம் விற்ற புத்தகம் எது என்று கேட்டால், உடனே பெரும்பாலோர் சொல்லும் பதில் 'பைபிள்' என்பதாகவே இருக்கும். உலகில் பல மொழிகளில் முதலில் அச்சிடப்பட்ட நூல் என்ற பெருமையும் பைபிளுக்கு உண்டு. இதுவரை 390 கோடி பைபிள் பிரதிகள் விற்றுள்ளதாக நம்பப்படுகிறது. ஆனால், அது மதம் சார்ந்த நூலாக இருப்பதால், அதிகம் விற்ற 'புத்தகங்கள்' சார்ந்து உருவாக்கப்படும் பல்வேறு பட்டியல்களில் அது இடம்பெறுவதில்லை.

எவற்றுக்கு முதலிடம்?

எழுதப்பட்ட மொழிகளை அடிப்படையாகக் கொள்ளாமல் அதிகம் விற்ற புத்தகங்களைப் பட்டியலிட்டால், 'மாசே துங்கின்

சிந்தனைகள்' என்ற புத்தகம் 82 கோடிப் பிரதிகள் விற்றதாகவும், உலகின் முதல் நாவலாகக் கருதப்படும் மிகுவெல் டெ செர்வாண்டிஸின் 'டான் குயிக்ஸாட்' (ஸ்பானிய மொழி) 50 கோடி பிரதிகள் விற்றதாகவும் கூறப்படுகிறது.

இவற்றுக்கு அடுத்தபடியாக வரலாற்றில் சிறந்த நாவலாக மதிக்கப்படும் சார்லஸ் டிக்கன்ஸின் 'எ டேல் ஆஃப் டூ சிட்டீஸ்' - 20 கோடிப் பிரதிகள்; ஜெ.ஆர்.ஆர். டோல்கினின் 'லார்டு ஆஃப் தி ரிங்ஸ்' (திரைப்படமாக வந்த கதைதான்)- 10-15 கோடிப் பிரதிகள்; அந்த்வான் து செந்த் எக்சுபெரி எழுதிய 'குட்டி இளவரசன்' (தமிழிலும் வெளியாகியுள்ளது) - 14 கோடிப் பிரதிகள் போன்றவை வருகின்றன.

தென்னமெரிக்க எழுத்தாளர் காப்ரியல் கார்ஸியா மார்க்கேஸின் 'ஒரு நூற்றாண்டுத் தனிமை'; விளாதிமீர் நாபகோவின் 'லோலிட்டா' ஆகிய இரண்டும் 5 கோடிப் பிரதிகள்; ஹிட்லரின் நாஜிப் படையால் அனுபவித்த கொடுமைகள் தொடர்பான 'ஆன் ஃபிராங்கின் டைரிக் குறிப்பு' 2.7 கோடிப் பிரதிகள் விற்றுள்ளன.

தொகுப்பு நூல்கள்

கடந்த நூற்றாண்டில் வெளியாகி அதிகம் விற்ற பல புத்தகங்கள் உள்ளன என்றபோதும், நெடிய வரலாற்றின் அடிப்படையில் மேற்கண்ட புத்தகங்கள் அதிகம் விற்றதாகப் பட்டியல் இடப்பட்டுள்ளன. பழங்காலப் புத்தகங்களுக்கு தற்போது உள்ளது போல அதிக விளம்பரமோ, பிரபலப்படுத்துவதற்கான வசதிகளோ இருக்கவில்லை என்பதையும் கணக்கில் எடுத்துக்கொண்டு அதிகம் விற்ற நூல்கள் குறித்து யோசிக்க வேண்டியிருக்கிறது.

'ஸின்ஹுவா அகராதி' எனப்படும் மண்டாரின் சீன மொழி அகராதி, 'சாரணர் தந்தை' ராபர்ட் பேடன் பவலின் 'சாரணர்களுக்கான கையேடு', 'கின்னஸ் சாதனைப் புத்தகம்', அமெரிக்காவின் 'வெப்ஸ்டர் அகராதி' போன்றவையும் உலகில் அதிகம் விற்ற புத்தகங்கள் பட்டியலில் இடம்பிடித்துள்ளன. என்றாலும், இவற்றைப் படைப்பாக்கங்கள் என்று வகைப்படுத்த முடியாது.

ISBN 978-1-59643-922-1

42

புத்தக பார்கோடு விலையைத் தெரிந்துகொள்ளவா?

புத்தகங்களின் பின்னட்டை கீழ்ப்புறத்தில் 'பார்கோடு' இருப்பதைப் பார்த்திருக்கலாம். அந்த பார்கோடு விலையைத் தெரிந்துகொள்வதற்காக மட்டுமா பயன்படுகிறது?

இல்லை. அந்த பார்கோடுக்கு மேலும் கீழும் சில எண்கள் இருப்பதைப் பார்த்திருக்கலாம். அந்த எண்கள் சர்வதேசத் தரப் புத்தக எண்ணை *(International Standard Book Number - ISBN)* குறிக்கின்றன.

இந்த எண் உலகெங்கும் உள்ள புத்தகங்களுக்கு வழங்கப்படுகிறது. ஐ.எஸ்.பி.என். அமைப்பில் இணைந்துள்ள பதிப்பகங்கள் பதிப்பிக்கும் ஒவ்வொரு புத்தகத்துக்கும் ஒவ்வொரு பதிப்புக்கும் தனித்துவமான எண் வழங்கப்படுகிறது.

இதன் முதல் பகுதி நாட்டுக்கான குறியீடு, அடுத்ததாகப் பதிப்பாளர் குறியீடு, மூன்றாவதாகக் குறிப்பிட்ட புத்தகத்துக்கான குறியீடு, கடைசியாக இருக்கும் எண் தொகுதி என்பது, ஒரே எண் திரும்ப வழங்கப்படுவதைத் தடுப்பதற்காக வழங்கப்படும் பரிசோதனை எண்.

இந்திய நடைமுறை

அயர்லாந்து தலைநகர் டப்ளினில் உள்ள டிரினிட்டி கல்லூரியில் மதிப்புறு புள்ளியியல் பேராசிரியராக இருந்த கார்டான் பாஸ்டர் 1966-ம் ஆண்டில் இந்த எண்ணிடும் முறையை உருவாக்கினார்.

நம் நாட்டில் மத்திய மனிதவள மேம்பாட்டு அமைச்சகம், உயர்கல்வித் துறையின்கீழ் ஐ.எஸ்.பி.என். எண்ணை வழங்குவதற்காக 'ராஜா ராம்மோகன் ராய் தேசிய அமைப்பு' செயல்பட்டுவருகிறது. ஐ.எஸ்.பி.என். எண்ணைப் பெறுவதற்கு இந்தியாவில் எந்தக் கட்டணமும் கிடையாது.

அதேநேரம் இந்த ஐ.எஸ்.பி.என். எண்ணை உலகின் பெரும்பாலான அரசுப் பதிப்பகங்கள் பின்பற்றுவதில்லை. ஐ.எஸ். பி.என். எண்ணுக்கும் நூலகத்தில் புத்தகங்களை வகைப்படுத்தி வைப்பதற்கும் வேறுபாடு இருக்கிறது. நூலக வகைப்பாட்டு எண் ஐ.எஸ்.பி.என். எண்ணிலிருந்து வேறுபடும்.

ஐ.எஸ்.பி.என். எண்ணைப் போலவே, 'சர்வதேசத் தரத் தொடர் எண்' (International Standard Serial Number - ISSN), இதழ்களைப் போன்று குறிப்பிட்ட காலத்தில் வெளிவரும் புத்தகங்களை அடையாளப்படுத்துவதற்குப் பயன்படுத்தப்படுகிறது.

பொது

WHY QWERTY?

43

கணினி விசைப்பலகை ஏன் அகர வரிசையில் இல்லை?

ஆங்கிலக் கணினி விசைப்பலகையில் (கம்ப்யூட்டர் கீபோர்டு) எழுத்துகள் ஏன் அகர வரிசைப்படி அமைக்கப்படாமல் இருக்கின்றன, தெரியுமா?

ஆங்கிலக் கணினி விசைப்பலகை என்பது பழைய டைப்ரைட்டரிலிருந்து தகவமைக்கப்பட்டதுதான். முதல் தலைமுறை டைப்ரைட்டர்களில் விசைப்பலகைகள் ஆங்கில அகர வரிசைப்படிதான் வைக்கப்பட்டிருந்தன. பிறகு ஏன் அந்த முறை கைவிடப்பட்டது?

வந்தது QWERTY

ஆங்கிலத்தில் குறிப்பிட்ட சில எழுத்துகள் அதிகம் பயன்படுத்தப்படும். டைப்பிஸ்ட்கள் வேகமாக அடிக்கும்போது, அழுத்த வேண்டிய விசைக்குப் பதிலாகப் பக்கத்தில் இருந்த

விசைகளை அழுத்த ஆரம்பித்ததாகவும், அதனால் தொடக்க காலத்தில் விசைகள் சிக்கிக்கொள்ள ஆரம்பித்தன என்றும் கூறப்படுகிறது.

இதற்குத் தீர்வாகத்தான் *QWERTY* விசைப்பலகை வந்ததாக ஒரு கதை உண்டு. விசைப்பலகையின் முதல் எழுத்து வரிசையில் உள்ள எழுத்துகள்தான் *QWERTY*. கணினி விசைப்பலகைவரை, இந்த விசைப்பலகை முறையே ஆட்சி செலுத்தி வருகிறது. ஆனால், மேலே கூறப்பட்ட காரணத்துக்கு உத்தரவாதமான ஆதாரம் ஏதுமில்லை.

பியானோ வடிவமைப்பு

1860-ல் பத்திரிகையாளரும் அச்சகருமான கிறிஸ்டோபர் லாதம் ஷோல்ஸ், நான்கு பேருடன் சேர்ந்து ஆரம்பகாலத் தட்டச்சு இயந்திரத்தைக் கண்டறிந்தார். 1868-ல் அதற்குக் காப்புரிமையும் பெற்றார். அந்தத் தட்டச்சு இயந்திரம் பியானோ இசைக் கருவியின் உள் வடிவமைப்பைப் போல இருந்தது. 28 விசைகளுடன் அகர வரிசையில்தான் அது அமைந்திருந்தது.

இந்த விசைப்பலகைக்கான காப்புரிமை சார்ந்து ரெமிங்டன் நிறுவனத்துடன் ஷோல்ஸ் ஒப்பந்தம் செய்துகொண்டார். ஆனால், அந்தத் தட்டச்சு இயந்திரம் தயாரிப்புக்குப் போவதற்குமுன், 1878-ல் மற்றொரு விசைப்பலகைக்குக் காப்புரிமை பெறப்பட்டது. அதுதான் QWERTY விசைப்பலகை.

ஒரு லட்சம்

ரெமிங்டன் ஏற்கெனவே பிரபல நிறுவனமாக இருந்ததால், 1890-ல் ஒரு லட்சம் தட்டச்சு இயந்திரங்கள் தயாரிக்கப்பட்டிருந்தன. 1893-ல் ரெமிங்டன், காலிகிராஃப், யோஸ்ட், டென்ஸ்மோர், ஸ்மித் பிரீமியர் ஆகிய ஐந்து முக்கியமான தட்டச்சுத் தயாரிப்பு நிறுவனங்கள் இணைந்து 'யூனியன் டைப்ரைட்டர்' என்ற நிறுவனத்தை உருவாக்கிய பிறகு, QWERTY விசைப்பலகைக்கு எதிராக எந்தக் கேள்வியும் எழவில்லை.

ரெமிங்டன் நிறுவனம் டைப்ரைட்டரை விற்பனை செய்ததுடன், குறைந்த கட்டணத்தில் தட்டச்சுப் பயிற்சியையும்

வழங்கியது. அங்கே பயிற்சி பெற்ற டைப்பிஸ்ட்கள், வேறு விசைப்பலகைகளை ஆதரிக்கும் மனநிலையில் இல்லை.

உண்மைக் காரணம்

சரி, *QWERTY* உருவாக்கப்பட்டதற்கான காரணம் என்ன? தொடக்க காலத்தில் தொலைதூரத்திலிருந்து வரும் மோர்ஸ் குறியீடுகளை மொழிபெயர்த்துத் தந்தி வாசகங்களை எழுதும் கருவியை இயக்குபவர்கள்தான், தட்டச்சு செய்ய முன்வந்தார்கள். அவர்கள் விரைவாகச் செய்திகளை எழுதி, குறியீடுகளை மொழிபெயர்க்க வசதியாக இருந்த இயந்திரத்தை ஆதரிக்கும் மன ப்பான்மையைக்கொண்டிருந்தார்கள்.

ஏற்கெனவே, தந்திக்கான செய்தியைப் பெயர்த்து எழுதுவதற்கு மாறுபட்ட முறையை அவர்கள் கற்றிருந்தார்கள். அதனால் தட்டச்சு செய்யும்போது அகர வரிசையில் இருந்த எழுத்துகள் அவர்களுக்குக் குழப்பத்தை ஏற்படுத்தின. அதனால் தந்தி அடிப்பவர்களுக்கு வசதியாகவே *QWERTY* விசைப்பலகை உருவானதாகக் கியோட்டோ பல்கலைக்கழக ஆராய்ச்சியாளர்களான கோய்ச்சி யாசுகா, மோட்டோகோ யாசுகா ஆகியோர் கூறுகிறார்கள்.

டாக்டர் ஆகஸ்ட் ட்வோரா என்பவர் *1930*-ல் எளிய விசைப்பலகையைக் கண்டறிந்தார். ஆனால், அதற்கு முன்பாகவே *QWERTY* தகர்க்க முடியாத கோட்டையாகி இருந்தது. கோடிக்கணக்கானவர்கள் *QWERTY* தட்டச்சு விசைப்பலகைக்குப் பழகியிருந்தால், அதுவே பிற்காலத்தில் கணினி விசைப்பலகையாகவும் ஏற்றுக்கொள்ளப்பட்டது.

கொசுறு:

இன்றைக்கு ஸ்மார்ட் போன்களில் பயன்படுத்தப்படும் விசைப்பலகையின் பெயர் *KALQ*. இது *QWERTY* விசைப்பலகையில் இருந்து மாறுபட்டது. கட்டைவிரல்களைக் கொண்டே தட்டச்சு செய்யக்கூடியது.

44

சாப்பிடக்கூடிய காசு

தங்கம் என்றால் வாயைப் பிளக்காதவர்கள் குறைவு. ஆனால், தங்கத்துக்கு இப்படி மதிப்பு கிடைப்பதற்கு முன்னதாகத் தங்கத்தைப் போலவே பல பொருட்கள் வரலாற்றில் போற்றப்பட்டுள்ளன. அதில் ஒன்று உப்பு. என்னது உப்பா என்று சந்தேகம் வருகிறது, இல்லையா?

ஒரு காலத்தில் உப்பைப் போன்ற மதிப்புமிக்க வேறொரு பொருள் உலகத்தில் இல்லாமல் இருந்தது. காசைப் போல உப்பு அச்சுகளை பயன்படுத்தியிருக்கிறார்கள் என்றால், அது நிச்சயம் மதிப்புடன்தான் இருந்திருக்க வேண்டும். ஆங்கிலத்தில் சம்பளத்தைக் குறிக்கும் 'சாலரி' என்ற சொல், உப்பில் இருந்துதான் வந்தது.

உப்புப் பாதைகள்

பண்டைக் காலம் முதலே உணவில் உப்பு சேர்க்கப்பட்டு வந்திருக்கிறது. உரிய அளவில் சேர்க்கப்பட்டபோது, அதன்

உவர்ப்புச் சுவை உணவுப் பண்டங்களின் சுவையைக் கூட்டியது. பண்டைக் கால வர்த்தகப் பாதைகளும், புதிதாக உருவாக்கப்பட்ட பல சாலைகளும் உப்பைக் கொண்டுசெல்வதற்காகவே உருவாக்கப்பட்டவையாக இருந்தன.

இப்படி உப்பை எல்லோரும் கொண்டாடியதற்குக் காரணம், உலகம் முழுவதும் அது தேவைப்பட்டதுதான். அதேநேரம், உலகின் எல்லாப் பகுதிகளிலும் உப்பை எளிதாக உற்பத்தி செய்யக்கூடிய நிலை அன்றைக்கு இருக்கவில்லை. தங்கம், வெள்ளியைப் போல அன்றைக்கு அரிதாகக் கிடைத்த உப்பு மதிப்புமிக்கதாகவும் பணத்துக்கு ஈடாகவும் கருதப்பட்டது இயல்பாகத்தான் தோன்றுகிறது.

சம்பளம்

உலகின் பல பகுதிகளில் உப்பு அச்சுகள் பணத்துக்கு ஈடாகப் பயன்படுத்தப்பட்டுள்ளன. பண்டைக் காலச் சீனாவில் உப்பு நாணயங்கள் இருந்தன. ஆப்பிரிக்காவின் சில பகுதிகளில் உப்பு அச்சுகள் பணமாகக் கருதப்பட்டுள்ளன. மேற்கு ஆப்பிரிக்கப் பகுதிகளில் பருத்தியை வாங்குவதற்கு வர்த்தகர்கள் உப்புப் பணத்தைப் பயன்படுத்தியுள்ளனர்.

பண்டைய ரோமில் போர் வீரர்களுக்கு உப்பே சம்பளமாகக் கொடுக்கப்பட்டது. அதிலிருந்து 'சாலரியம்' என்ற ரோமானியச் சொல் உருவானது. சம்பளத்துக்கான ஆங்கிலச் சொல்லான 'சாலரி', இதிலிருந்து உருவானதுதான். 'சாலரியம்' என்றால், 'உப்புப் பணம்' என்று அர்த்தம்.

தேயிலை பணம்

உப்பைப் போலவே, மற்றொரு உணவுப் பண்டமும் பணமாகப் பயன்பட்டிருக்கிறது - அது தேயிலை. ரஷ்யா, திபெத், சீனாவில் தேயிலையால் உருவாக்கப்பட்ட அச்சுகள் ஒரு காலத்தில் பணத்தைப் போலப் பயன்பட்டுள்ளன. எடை அதிகமில்லாத அந்த அச்சுகள் தூக்கிச் செல்ல வசதியாக இருந்ததுதான், இதற்கு முக்கியக் காரணம்.

45

'*சாண்ட்விச்*' எப்படி வந்தது?

பேக்கரிக்குச் செல்லும்போது, ஒரிடத்துக்கு அவசரமாகப் போக வேண்டி வரும்போது எனப் பல்வேறு காரணங்களுக்காக 'சாண்ட்விச்' சாப்பிடுகிறோம். இரண்டு ரொட்டித் துண்டுகள் இடையே அவரவருக்குப் பிடித்த மாதிரி வெங்காயம், தக்காளி, வெள்ளரி அல்லது இறைச்சி வைத்துச் சாப்பிடுவதுதான் சாண்ட்விச்.

என்ன காரணம்?

இந்தச் சாண்ட்விச்சுக்குப் பெயர் எப்படி வந்தது, தெரியுமா? இந்த உணவுப் பண்டத்துக்குப் பெயர் தந்தது இங்கிலாந்தில் உள்ள ஓர் ஊர். இங்கிலாந்தில் உள்ள சாண்ட்விச் நகரப் பிரபு ஜான் மாண்டேகு தான், இந்த உணவுப் பண்டத்துக்குப் பெயர் உருவாகக் காரணமாக இருந்தவர்.

சூதாட்டத்தில் ஆர்வமுடைய ஜான் மாண்டேகு மேஜையில் உட்கார்ந்து சீட்டு விளையாடுவதில் எப்போதும் தீவிரமாக

இருப்பார். பசிக்கும்போது சாப்பிடக்கூட வெளியே எழுந்து செல்ல மாட்டார். அதனால், சீட்டு விளையாடும் டேபிளிலேயே பசியைத் தீர்த்துக்கொள்ள வேண்டும் என அவர் நினைத்தார்.

அப்படிச் சாப்பிடும்போதுகூட வெளிநாடுகளில் வழக்கமாகப் பயன்படுத்தப்படும் முள்கரண்டி, கத்தியைப் பயன்படுத்தாமல் சாப்பிடும் உணவாக இருந்தால்தானே, சீட்டு விளையாட வசதியாக இருக்கும் என்று நினைத்தார். அப்படி அவர் சாப்பிட ஆரம்பித்ததுதான் சாண்ட்விச்.

வறுக்கப்பட்ட மாட்டிறைச்சியை இரண்டு ரொட்டித் துண்டுகளிடையே வைத்துத் தரும் சாண்ட்விச்சைத்தான் அவர் பெரிதும் விரும்புவார். உட்கார்ந்த இடத்திலேயே சாண்ட்விச்சை சுவைத்தபடியே விளையாடுவார்.

இன்றைக்கும் பொருந்தும்

அவர் சாப்பிடுவதற்குமுன் சாண்ட்விச் என்ற உணவுப் பண்டமே இருக்கவில்லையா என்று கேட்டால், அதற்கு முன்னரும் சாண்ட்விச் என்ற பண்டம் இருந்தது. அதற்கு அப்போது 'ரொட்டியும் இறைச்சியும்', 'ரொட்டியும் பாலாடைக்கட்டியும்' என்பதுதான் பெயராக இருந்தது.

சாண்ட்விச் பிரபலம் ஆனதற்கு, அவருடன் சீட்டு விளையாடிய மற்றவர்களும், 'சாண்ட்விச் பிரபு ஆர்டர் செய்ததையே எனக்கும் கொடுங்கள்' என்று கேட்டது ஒரு காரணமாக இருக்கலாம். ஜான் மாண்டேகுவுக்குப் பிறகு சாண்ட்விச் என்ற பெயர் அந்த ரொட்டி உணவுக்குக் கிடைத்ததுடன், அந்த உணவு பிரபலமும் ஆகத் தொடங்கியது.

ஒரு வகையில் சாண்ட்விச் பிரபுவின் பெயர் சாண்ட்விச்சுக்கு வைக்கப்பட்டது, இன்றைய சூழ்நிலைக்கும்கூடப் பெருமளவு பொருத்தமாக இருக்கிறது. இன்றைக்குப் பலரும் அவசர வேலைக்குச் செல்லும்போதோ வேலைக்கு இடையேயோ அவசர அவசரமாகத்தான் சாண்ட்விச்சை விழுங்குகிறார்கள்.